இரு விலங்கு

(சொற்பொழிவுகள்)

கி. வா. ஜகந்நாதன்

Title: Iru Vilangu

Author: Ki. Va. Jagannathan

Language: Tamil

First Published on: 1962

Year of Publication: 2025

Book Format: Paperback

*Page Size: 6inch * 9inch*

Category: Religious

Subject: Religious Essays

No. of pages: 134

ISBN: 978-81-998258-3-3

Published by: Nilan Publishers, Madurai, Tamilnadu, India

பொருளடக்கம்

குறிப்புகளுக்காக

முன்னுரை

சேலம் மாவட்டத்தைச் சார்ந்த ஆத்தூருக்கு அருகில் வடகுமரை என்ற சிற்றூர் இருக்கிறது. சில நூறு வீடுகளே உள்ள கிராமம் அது. அங்கே திருமால் கோயிலும் சிவன் கோயிலும் வயல்களை அடுத்து அருகருகே உள்ளன. சிவன் கோயிலுக்குள் ஓலைக் குடிசை ஒன்று இருக்கிறது. அதைக் குடிசை என்றும் சொல்லலாம்; பர்ணசாலை என்றும் சொல்லலாம். இரண்டும் ஒன்றையே குறித்தாலும் உள்ளே உறைபவர்களின் வேறுபாட்டை அவை தனித் தனியே குறிக்கின்றன. உள்ளே இருப்பவர் ஏழையானால் அதைக் குடிசையென்னலாம். முனிவராக இருந்தால் பர்ணசாலை என்று கூறலாம். அப்படிப் பார்த்தால் இது குடிசை அன்று; பர்ணசாலை. இதனுள்ளே ஒரு முனிபுங்கவர் - சுவாமிகள் - வாழ்கின்றார். அவரை வட குமரைச் சுவாமிகள் என்றும், ஸ்ரீ அப்பண்ண சுவாமிகள் என்றும் வழங்குவார்கள்.

சுவாமிகள் என்று சொல்வதற்கு அவரிடம் தனி அடையாளம் ஏதும் இல்லை. கரிய ஒல்லியான திருவுருவம். இடையில் நாலு முழ வெள்ளைக் கதர் வேட்டி; மேலே ஒரு சிறு துண்டு. கிராமவாசிகளோடு சேர்ந்து நின்றிருந்தால் அவரை இனம் கண்டு கொள்ள முடியாது.

ஆனால் அவருடைய கண்களைக் கண்டால் போதும்; "இந்த மனிதரிடம் ஏதோ இருக்கிறது" என்ற எண்ணம் உண்டாகும். அந்தக் கண்கள் அசாதாரணமான ஒளியை உடையவை. அவரோடு சிறிதே பேசத் தொடங்கினால் அவர் சிறிதும் 'பிகு' இல்லாமல் எளிய குழந்தை போலப் பேசுவதைக் காணலாம். பேசிக்கொண்டே இருந்தால் அவர் படித்த நூல்களிலிருந்து பல செய்திகள் வரும். பழகின மனிதர்களைப் பற்றிய பேச்சு வரும். இவை முக்கியம் அல்ல; அநுபவமுள்ளவர்களே சொல்லத் தக்க பல மணியான வார்த்தைகள் வரும்.

அவரைப் பார்க்க வந்தவர் பக்திமானாகவோ, ஞான நெறியில் நிற்பவராகவோ இருந்துவிட்டால், அவரிடமிருந்து வரும் வார்த்தைகளில் எத்தனையோ உண்மைகளைக் காணலாம். வந்தவர் பாரமார்த்திகத் துறையில் அடியெடுத்து வைத்து அநுபவம் சிறிது வாய்ந்தவரானால், வந்தவரிடம் தம்முடைய அநுபவங்களையும் சொல்ல முற்படுவார். அப்போது அவருடைய பேச்சில் உரம் ஏறும்; சாரம் மிகும். அவர் கண்ணின் ஒளி அப்போது விட்டு விளங்கும். திடீர் திடீரென்று சிரிப்பார். சிரிக்கும் போதே கண்ணீர் வரும். கண்ணீரும் களிப்பும் ஒருங்கே பொங்குவதைத் தெளிவாகக் காணலாம்.

அவரைப் பக்தர் என்றும் சொல்லலாம்; ஞானி என்றும் கூறலாம். இரண்டும் ஒன்றுதான் என்பதைக் காட்டும் துறவி அவர். ஆம், அவர் துறவிதான். அவருக்குக் குடும்பம் இல்லை. சாதி இல்லை. குலம் இல்லை. சமயம் இல்லை என்றுகூடச் சொல்லிவிடலாம். அடிக்கடி முருகா என்று சொல்வார். ஆனால் அபிராமி அந்தாதியைப் பாடிக் களிப்பார். திவ்வியப் பிரபந்தத்தைப் பாடி இன்புறுவார். தேவாரத்தில் திளைப்பார். அலங்காரமும் அநுபூதியும் அவருக்கு மிகவும் விருப்பமானவை. நல்ல பாட்டு, நல்ல இயற்கைக் காட்சிகள், நல்ல ஓவியம், நல்ல மனிதர்கள் அவருக்குப் பிடித்தமானவை இவை.

வெவ்வேறு மூர்த்திகளைப் பற்றிய பாடல்களில் ஒரே மாதிரி உள்ளத்தைப் பதிக்கும் இயல்பு விசித்திரமாகத் தோற்றலாம். ஆனால் அவர் பார்க்கும் பார்வையே வேறு. பாடல் யாரைக் குறிக்கிறது என்று அவர் வேறுபடுத்திப் பார்ப்பதில்லை. பாடினவர் நிலை என்ன? அவர் தம் அநுபவ நிலையை எவ்வாறு பாட்டில் காட்டியிருக்கிறார் என்பதைப் பார்க்கிறவர் அவர். அதனால் ஆழ்வார் பாடலும், அபிராமிபட்டர் பாடலும், மணிவாசகர் பாடலும், அருணகிரிநாதர் பாடலும் ஒரே அனுபவத்தை வெவ் வேறு வகையாகச் சொல்கின்றன என்ற உண்மையை அவர் உணர்கிறார்.

அவர் இறையருளநுபவத்தில் ஆழ்ந்தவர்; ஆனால் குழந்தை போன்ற எளிமையுள்ளவர். எதிலும் ஒளிவு மறைவின்றிப் பேசு கிறவர். நாம் எதைக் கேட்டாலும் தெரிந்தால் தெளிவாகச் சொல்வார். தெரியாவிட்டால் தெரியாது என்று நேர்மையாகச் சொல்வார். பலகாலம் தவத்தில் ஈடுபட்டு அநுபவம் பெற்று அதனால் தெளிவுடையவராக விளங்குகிறார் அவர்.

அவருக்குப் பெரிய செல்வர்களும் நண்பர்கள்; ஏழைகளும் நண்பர்கள். நன்றாகப் படித்த பேரறிஞர்களும் அவரை மதிப்பார்கள்; கல்வி யறிவில்லாத பாமரரும் அவர்பால் அன்பு பாராட்டுவார்கள். தமிழ்நாட்டில் உள்ள எல்லா ஞானியருக்கும் பெரியவர்களுக்கும் அவரைத் தெரியும்.

அவருடன் பலகாலமாகப் பழகும் பேறு எளியேனுக்குக் கிடைத்திருக்கிறது. அவரைப் பணிந்து மணிக்கணக்காக அவருடன் அளவளாவியிருக்கிறேன். பழைய பாடல்களானாலும் புதிய பாடல்களானாலும் நல்லனவா இருந்தால் அவற்றில் சொக்கிப் போவார். கவிமணி தேசிகவிநாயகம் பிள்ளையவர்கள் அவருக்காக இரண்டு கீர்த்தனங்கள் பாடியிருக்கிறார்.

பழைய பாடல்களாகிய தேவார திருவாசகங்களையும் திவ்யப் பிரபந்தத்தையும் கேட்டு இன்புறும் அவர் அருணகிரிநாதர் திருவாக்கில் மிகுதியாக ஈடுபடுவார். அருணகிரியார் பெரிய அநுபூதிமான் என்பதை அடிக்கடி சொல்லிக் காட்டுவார். அநுபவ உலகில் சஞ்சரிப்பவர்களுக்குத் தான் இந்த உண்மை தெரியவரும். இலக்கியக் கண்கொண்டும் சமய நூலறிவுக் கண்கொண்டும் அவர் திருவாக்கைப் பார்ப்பவர்கள் பலர் உண்டு. அந்தத் துறை களில் அருணகிரிநாதரைவிடச் சிறப்பாகப் பாடிய பெரியவர்கள் இருக்கிறார்கள். ஆனால் இறையருளநுபவம் பெற்று அதன் பயனாக உண்டான உள்ளக் களிப்பில் மிதந்து பாடியவர்கள் மிகச் சிலரே. அருணகிரிநாதர் அவ்வாறு பாடியவர்.

அவருடைய அலங்காரப் பாடல்களையும் அநுபூதிப் பாடல் களையும் கேட்டால் சில சமயங்களில் மேலே சொன்ன ஞானச் செல்வர் தம்மை மறந்து பல மணி நேரம் இருந்துவிடுவார். மின்சாரத் தாக்குதலைப் போல அந்தப் பாடல்கள் அவருடைய இதயத்தின் ஆழத்தைப் போய்த் தொட்டுவிடும்.

கந்தர் அலங்கார விரிவுரை நூல்களை ஆழ்ந்து படித்து வாழ்த்தும் அன்பர்கள் பலர் முருகன் திருவருளால் எனக்குக் கிடைத்திருக்கிறார்கள். வடகுமரை ஸ்ரீ அப்பண்ண சுவாமிகளவர் களும் அவற்றைக் கடைக்கணித்து அவ்வப்போது ஆசி கூறிப் பாராட்டியருளுகிறார். அநுபூதிமான் அருணகிரிநாதர் என்பதைப் பல வகையில் சுட்டிக்காட்டும் பகுதிகளை யெல்லாம் அவர் மிக்க உவகையுடன் படித்து இன்புற்று ஊக்கமூட்டுவார். 'பாம்பறியும் பாம்பின் கால்' என்பது போல அருளநுபவத் துறையிலே செல்கிறவர்களுக்கல்லவா அவற்றின் அருமைப்பாடு தெரியும்?

முருகனைச் சோதிப்பிழம்பாகக் கண்டவர் அருணகிரிநாதர். கந்தபுராணத்தில் கச்சியப்ப சிவாசாரியார்,

"அருவமும் உருவு மாகி
அநாதியாய்ப் பலவாய் ஒன்றாய்ப்
பிரமமாய் நின்ற சோதிப்
பிழம்பதோர் மேனி யாகிக்
கருணைகூர் முகங்க ளாறும்
கரங்கள்பன் னிரண்டும் கொண்டே
ஒருதிரு முருகன் வந்தாங்
குதித்தனன் உலகம் உய்ய"

என்று பாடுகிறார். சோதிப்பிழம்பு ஓர் மேனியாகி முருகனாக வந்ததாம்.

"சோதி உணர்கின்ற வாழ்வு சிவமென்ற
சோகம் அதுதந்து எனைஆள்வாய்"

என்று அருணகிரியார் வேண்டுகிறார்.

"ஒளியில் விளைந்த உயர்ஞான பூதரத்
துச்சியின்மேல்
அளியில் விளைந்ததோ ரானந்தத் தேனை"

என்பது அலங்காரம். ஸ்ரீ ராமகிருஷ்ண பரம ஹம்ஸர் முதலிய வர்கள் இந்தச் சோதி வெள்ளத்தில் மூழ்கி உள்ளும் புறம்பும் சோதியுருவைத் தரிசித்து இன்புற்றவர்கள். ஸ்ரீ வடகுமரைச் சுவாமிகளும் சோதி வெள்ளத்திலே மிதப்பவர்.
அருணகிரியார் வாக்கில்,

"ஓங்காரத் துள்ளொளிக் குள்ளே
முருகன் உருவம் கண்டு"

என்று வருவதைக் கேட்டால் அவர் ஆனந்தக் கூத்தாடுவார்.

அநுபூதிமான்களின் அநுபவம் ஒத்திருக்கும் என்பதை அவர்களுடைய வாக்கிலிருந்து காணலாம். "தூண்டு சுடரனைய சோதி கண்டாய்" என்று அப்பர் பாடினால், "சோதியே சுடரே சூழொளி விளக்கே" என்று மாணிக்கவாசகர் பாடுவார். "சோதியுட் சோதியுட் சோதி" என்பார் இராமலிங்க சுவாமிகள்.

பாட்டைப் படிப்பதும் கேட்பதுங்கூட ஒருவகையான சாதனம் என்பதைப் பலர் கூறியிருக்கிறார்கள். வடகுமரை அண்ணலிடம் அதைக் கண்கூடாகக் காணலாம். அருணகிரிநாதர் பாடலில் அநுபவத் தேக்கமுள்ள இடம் வந்துவிட்டால் அவர் கண்ணில் ஒளியும் புனலும் வெளிப்படும்; உடம்பு புளகம் போர்க்கும். தம்மை மறந்து சில நேரம் இருந்து விடுவார். அத்தகைய இன்ப மயக்கத்தில் ஆழ்த்தும் மருந்தாக அருணகிரியார் வாக்கு விளங்குகிறது.

கந்தர் அலங்காரச் சொற்பொழிவுகளில் வரும் பல பகுதி களைக் கண்டு மிகவும் பாராட்டி இன்புறுவார் சுவாமிகள். அநுபூதி மான்கள் பாராட்டினால் அதற்குத் தனிச் சிறப்பு

உண்டல்லவா? அதனால் மேலும் மேலும் ஊக்கம் உண்டாகிறது.

இந்தப் புத்தகம் கந்தர் அலங்கார வரிசையில் பதினேழாவது நூலாக மலருகிறது. இதில் ஆறு பாடல்களுக்குரிய விளக்கங்கள் உள்ளன.

முதல் பாட்டில், முருகன் திருவருளைப் பெற்றவர்களுக்குப் பிறவிப் பிணி இல்லையென்பதை அழகான முறையில் சொல் கிறார் அருணகிரியார். 'அடியாருக்குப் பிறவியைக் கொடுக்க எண்ணி அவர் பெயரைப் பிறப்போர் பட்டியலில் பிரமன் எழுதினால், அவனுக்கு முருகன் இரு விலங்கைப் போடுவான்' என்று சமற்காரமாகச் சொல்கிறார். அந்தப் பாட்டின் விளக்கம், 'இருவிலங்கு' என்ற தலைப்பில் இருக்கிறது. அதுவே நூலுக்குப் பெயராகவும் அமைகிறது. முருகன் பிரமனைத் தளையிட்டுச் சிறையிட்டான் என்ற கந்தபுராணக் கதை அவன் பிறவியைப் போக்கும் பெருமான் என்ற கருத்தையே விளக்குகிறது என்பதை இந்தப் பாட்டுக் குறிப்பாகப் புலப்படுத்துகிறது.

அடுத்த பாடலிலும் நான்முகன் வருகிறான். ஆனால் அதில் அவன் படைப்புத் தொழில் செய்பவன் என்ற வகையில் ஒரு குற்றச் சாட்டுக்கு ஆளாகிறான். 'செங்கோட்டு வேலவனைத் தரிசித்து இன்புற நான்முகன் எனக்கு நாலாயிரம் கண்களைப் படைக்கவில்லையே!' என்கிறார் அருணகிரிநாதர். முருகனுடைய பேரெழில் கண்ணினால் அளவிட்டு முடிப்பதற்கு உரியதன்று என்ற கருத்தையே அந்த முறையில் சொல்கிறார். இந்தப் பாட்டில் திருச்செங்கோட்டின் பெருமை வருகிறது.

மூன்றாவது பாடலிலும் தொடர்ந்து திருச்செங்கோட்டில் எழுந்தருளியிருக்கும் வேலவனை நினைக்கிறார். முன்பாட்டில் அவனைத் தரிசித்ததனால் உண்டான இன்ப உணர்வு பொங்கு கிறது. இந்தப் பாட்டில் அவனைத் தியானிப்பதனால் வரும் நலத்தைச் சொல்கிறார். "கன்னிப்

பூகமுடன் தருமா மருவு செங் கோடனை வாழ்த்துகை சால நன்றே" என்கிறார். இந்தப் பாட்டில் சாதிப் பெயர்கள் பல, தொனியில் அமைந்துள்ளன.

நான்காவது பாடல் முருகனுடைய திருவடிப் பெருமையைக் கூறுவது. இறைவனுடைய அடியார்களின் பக்குவத்துக்கு ஏற்ப அத்திருவடி நிற்பதை அருணகிரிநாதர் இதில் குறிப்பாகப் புலப்படுத்தியிருக்கிறார். உருவ வழிபாடு செய்வாருக்கும் தியானத்தில் ஈடுபடுவாருக்கும் மெல்ல மெல்ல அநுபவத்தில் தலைப்படுவாருக்கும் முடிந்த முடிபாகிய வீட்டின்பத்தை அடைவாருக்கும் தக்க வகையில் அந்தத் தண்டையம் புண்டரிகம் விளங்குவதை இந்தப் பாடல் தெளிவிக்கிறது. தொண்டர் கண்டு இன்புறும் புண்டரிகம் அது; தொண்டர் கண்டு அண்டி இன்புறும் தண்டையம் புண்டரிகம் அது; தொண்டர் கண்டு அண்டி மொண்டு இன்புறும் ஞானம் என்னும் தண்டையம் புண்டரிகம்; தொண்டர் கண்டு அண்டி மொண்டு உண்டிருக்கும் சுத்தஞானம் என்னும் தண்டையம் புண்டரிகம். இவ்வாறு கூட்டிப் பொருள் கொள்ளும்படி அடைகளை அமைத்துப் பாடியிருக்கிறார். அருண கிரிநாதர் சந்தப்பாக்கள் பாடுவதில் மிக வல்லவர். இந்தப் பாட்டில் சந்த நயமும் வழியெதுகை யின்பமும் இணைந்து இன்னோசை ததும்ப நிற்கின்றன.

தொண்டர்கண் டண்டிமொண் டுண்டிருக்
குஞ்சுத்த ஞானமெனும்
தண்டையம் புண்டரி கந்தரு
வாய்தண்ட சண்டவெஞ்சூர்
மண்டலம் கொண்டுபண் டண்டரண்
டங்கொண்டு மண்டிமிண்டக் கண்டுருண்
டண்டர்விண் டோடாமல்
வேல்தொட்ட காவலனே.

என்பது பாட்டு. இதைப் பாடிப் பார்த்தால் இதன் சந்தநயம் நன்கு புலனாகும்.

அடுத்த பாட்டு முருகப் பெருமானது இளமை விளையாட்டை நினைந்து பாடியது. அவனது திருவரையில் அணிந்த கிண்கிணி யோசையின் வலிமையைக் கூற வந்தவர், அது நன்கு தெளிவாகும் பொருட்டுக் கண்ணன் முழக்கிய வலம்புரி யோசையோடு ஒப்புநோக்கும்படி வைத்துக் காட்டுகிறார்.

ஆறாவது பாட்டில் வள்ளி மணாளனை நினைப்பூட்டிக் கொண்டு காமத்தை வெல்ல வழி சொல்லுகிறார். தாயை நினைந்தால் நம்முடைய உள்ளம் குழந்தைத் தன்மை பெறுகிறது. காம உணர்ச்சி காளைப் பருவத்தின் விளைவு. உடம்பால் காளையாக இருந்தாலும் உள்ளத்தால் குழந்தையாக இருக்கப் பழகலாம் அல்லவா? முருகன் வள்ளி மணவாளன். அந்த வள்ளியாகிய தாய் நாம் இருக்கும் நிலவுலகில் வாழ்ந்தவள். அந்தப் பெருமாட்டியையும் அவளுடைய மணாளனாகிய முருகனையும் போற்றினால் காமத்தை வெல்லலாம் என்பதை எதிர்மறை வகையில் இந்தப் பாட்டில் சொல்கிறார். 'நெஞ்சே மோகந்தரும் பெண்களின் அங்க எழிலைக் கண்டு மயங்குகிறாயே! வள்ளிமணவாளன் திருவடியை விரும்பிப் பக்தி பண்ணவில்லையே! என்று சொல்கிறார்.

காமத்தைப் பற்றிச் சொல்லும்போது அருணகிரிநாதர் முருகனை வள்ளிமணவாளனாக நினைக்கும்படி ஒரு தந்திரத்தைச் சொல்லித் தருகிறார். இந்தத் தந்திரத்தை வெளிப்படை யாகச் சொல்லா விட்டாலும் கூர்ந்து நோக்கினால் இது புலப்படும்.

"கடத்தில் குறத்தி பிரான்அரு ளால் கலங்
காதசித்தத்
திடத்தில் புணையென யான்கடந் தேன்சித்ர
மாதரல்குல்
படத்தில் கழுத்தில் பழுத்தசெவ் வாயில்
பணையில் உந்தித்

தடத்தில் தனத்தில் கிடக்கும்வெங் காம சமுத்திரமே"

என்பது முன்னே நாம் பார்த்த பாட்டு.*(19)*

வள்ளிநாயகிக்கு மணவாளனாக முருகனைத் தியானிப்பதில் மற்றொரு பயனும் உண்டு. அப்பெருமாட்டியை முருகன் ஆட்கொண்டது, ஆருயிர்களை அவன் வலிய வந்து தடுத்தாட்கொள்ளும் கருணைத் திறத்தைக் காட்டுவது. அந்த வரலாற்றை நினைக்கும்போது நாமும் வள்ளியின் நிலையைப் பெறவேண்டும் என்ற பாவம் உண்டாக வேண்டும். பக்தர்கள் இராதாகிருஷ்ணனையும் வள்ளிநாயகனையும் பாடிப் பரவிக் கூத்தாடுவது தம்மை இறைவனுடைய நாயகிகளாக எண்ணும் பாவம் முறுக வேண்டும் என்பதற்காகத்தான். முருகனடியார்கள் வள்ளி நாயகியை முருகன் எளிவந்து ஆண்ட கருணையைப் பலபல வகையில் பாராட்டியும் பாடியும் இன்புறுவதற்குரிய காரணமும் இதுவே. நாமே வள்ளிநாயகி ஆக வேண்டும். உள்ளத்தாற் பெண்மையை மேற்கொள்ள வேண்டும். இப்படித் தியானம் பண்ணப் பெருந்தவம் செய்திருக்க வேண்டுமாம்.

**"காளைக் குமரே சனெனக் கருதித்
தாளைப் பணியத் தவமெய் தியவா
பாளைக் குழல்வள் ளிபதம் பணியும்
வேளைச் சுரபூ பதிமே ருவையே"**

என்று கந்தர் அநுபூதியில் அருணகிரியார் பாடுகிறார்.

முருகனை வள்ளிமணாளனாகத் தியானித்துப் பழகினால் நாமும் பதியாகிய அவனை அடையும் காதலி நிலையில் இருக்கிறோம் என்ற நினைவு நம் உள்ளத்தில் படியும். அப்போது நாம் ஆண் என்ற எண்ணமும் அதன் விளைவாகிய காமமும் சுருங்கும். பெண் பெண்ணைப் பார்த்துக் காமம் கொள்வது இயல்பாகாது. ஆதலின் நாம் குமரநாயகனை அடைய வேண்டும் என்ற காதலை வளர்த்துக் கொண்டால்

காமம் தோன்றாது. வள்ளிமணவாளனாக முருகனை வணங்குவதனால் வரும் பயன் இது. இது கருதியே, "தோதகச் சொல்லை நல்ல வெள்ளிய நித்தில வித்தார மூரலை வேட்ட நெஞ்சை"ப் பார்த்து இந்தப் பாட்டில், "தெள்ளிய ஏனலில் கிள்ளையைக் கள்ளச் சிறுமியெனும் வள்ளியை வேட்டவன் தாள் வேட்டிலை" என்று கூறுகிறார்.

இந்த ஆறு பாடல்களில் நான்கு பாடல்கள் *(1, 2, 3, 5)* முருகனைப் படர்க்கையில் வைத்துப் பரவியவை. ஒன்று *(6)* நெஞ்சை நோக்கிக் கூறியது. ஒன்று முருகனை முன்னிலையாக வைத்து விண்ணப்பித்துக் கொண்டது *(4.)*

முருகனுடைய திருவிளையாடல்கள் பலவற்றைச் சொல்லிப் பாராட்டுகிறார் அருணகிரிநாதர். முருகன் திருவவதாரம் செய்தவுடன் பலவகையான திருவிளையாடல்களைச் செய்தான்; திண்ணிய கிரிகள் சிந்தும்படி விளையாடினான் *(5)*; தன்னை மதியாது சென்ற பிரமனைக் காலில் தளையிட்டுச் சிறைப் படுத்தினான் *(1)*; கிரௌஞ்ச மலையின் மேல் வேலைவிட்டுப் பொடியாக்கினான் *(1)*: கடல் சுவற வேல் வாங்கினான் *(1)*; சூரன் மாமரமாக நிற்க, அவன்மேல் வேல் எறிந்து கொன்றான் *(3)*; படைத்தொகுதியுடன் வந்த சூரனை அழித்து அமரரைக் காப்பாற்றினான் *(4)*; வள்ளிநாயகியை வேட்டுச் சென்று அவளைக் களவு கொண்டுவந்தான் *(3)*. இந்த வரலாறுகளை இந்தப் பாடல்கள் நினைப்பூட்டுகின்றன.

அவனுடைய வேலை நான்கு பாடல்களில் *(1, 3, 4, 5)* எடுத்துச் சொல்கிறார்; அது ஒப்பற்ற தனிவேல் *(1)*; போர்வேல் *(3)* அவன் கொடியாக விளங்குகிறது சேவல் *(3)*. அவனுடைய திருவடி தண்டையை அணிவது; தாமரை போல விளங்குவது; சுத்த ஞானமே வடிவானது *(6)*. அவன் அழகிய திருவரையில் கிண்கிணியை அணிந்திருக்கிறான்; அது பதினாலுலகமும் கேட்கும்படி ஒலிக்கிறது *(5)*.

அவனுக்குரிய தலமாகிய திருச்செங்கோடு இரண்டு பாடல் களில் இடம்பெறுகிறது. அருணகிரி நாதருக்கு அத்தலத்தில்

மிக்க ஈடுபாடு உண்டு. கந்தர் அலங்காரத்தில் பல இடங்களில் அந்தத் தலத்தைப் பாராட்டுகிறார். கந்தர் அநுபூதியில் வேறு எந்தத் தலத்தையும் பாடாமல் நாகாசலமாகிய திருச்செங்கோட்டை மட்டும் பாடுகிறார். "தெய்வத் திருமலைச் செங்கோட்டில் வாழும் செழும்சுடரே' *(23)* என வரும் பாட்டில் அத்தலத்தின் பெருமையை ஒருவாறு பார்த்தோம். இந்நூலில் வரும் பாடல்களில், "மேதினி யில் சேலார் வயற்பொழிற் செங்கோடு" *(2)* என்றும், "கன்னிப் பூகமுடன் தருமா மருவு செங்கோடு" *(3)* என்றும் பாராட்டுகிறார். வயலும் பொழிலும் வளம் பெற்றிருப்பதை இணைத்துச் சொல் வது அருணகிரியார் இயல்பு. திருச்செந்தூரைப் பற்றிச் சொல் கையில், "செந்தூர் வயற்பொழில்" *(40)* என்று சொன்னார்.

முருகப்பெருமானுடைய சீரையும் சிறப்பையும் உணர்த்தும் திருநாமங்கள் பல இப்பாடல்களில் வருகின்றன. அடிப்பட்டு வழங்கும் திருப்பெயர்களையும் அருணகிரி நாதரே பாட்டுக்கு இயையப் படைத்துக்கொண்ட நாமங்களையும் காணலாம். எம்கோன், கருமால் மருகன், செங்கோடன், செம்மான் மகளைக் களவுகொண்டு வருமாகுலவன், சேவற்கைக் கோளன், போர் வேலன், மன்றாடி மைந்தன், மாலோன் மருகன், மெய்ஞ்ஞான தெய்வம், வள்ளியை வேட்டவன், வானவர்க்கு மேலான தேவன், வேல் எடுத்து விளையாடும் பிள்ளை, வேல் தொட்ட காவலன் என்பன இந்த ஆறு பாடல்களில் வந்துள்ளன.

பிற தெய்வங்களையும் தேவரையும் அங்கங்கே குறித்துச் செல்கிறார். சிவபெருமான் மன்றாடியாகக் காட்சியளிக்கிறான் *(2)* திருமால் மாலோனாகவும் *(2)*, கருமாலாகவும் *(3)* நிற்கிறார். அவர் பாரிசாத மலர் கொணர வலம்புரியை முழக்குகிறார்; அதன் ஓசை விண்கமழ் சோலையும் வாவியும் கேட்கிறது *(5)*; அவர் உந்தி மண் கமழ்கிறது *(5)*.

பிரமதேவன் பங்கேருகனாகவும் *(1)*, நான்முகனாகவும் *(2)* வருகிறான். அவன் படைப்புத் தொழிலுடையவன் *(2)* தருக் குற்றமையால் முருகனால் தளையிடப்பட்டவன் *(1)*

வானவர், தங்களுக்கெல்லாம் மேலான தேவனாக முருகனை வைத்து வணங்குகிறார்கள் *(2)*; சூரனைக் கண்டு பயந்து கொண்டு ஓடினார்கள்: முருகன் அவனைச் சங்காரம் செய்தமையால் அச்சத்தினின்றும் நீங்கினார்கள் *(4)*; அவர்கள் வாழும் விண்ணில் கற்பகமரச் சோலையும் வாவியும் உள்ளன *(5)*.

வள்ளி நாயகி செந்நிறம் பெற்ற மானுக்கு மகளாகத் தோன்றினாள் *(3)*; ஆதலின் செம்மான் மகள் என்று அப்பெரு மாட்டியைக் குறிக்கிறார். அவளுக்காக முருகன் ஏங்கினான். தினைப்புனத்தில் கிளிபோல அமர்ந்து காவல் புரிந்தாள் *(6)*; ஆதலின் தெள்ளிய ஏனலிற்கிள்ளை என்றும் கள்ளச் சிறுமி என்றும் வள்ளிநாயகியைக் குறிக்கிறார்.

அடியார்கள் முருகனை நாடி அடைந்து புரியும் தொண்டு வகைகளை இப் பாடல்கள் சில இடங்களில் சொல்கின்றன. அடியார்கள் அவன் உள்ள தலத்துக்குச் சென்று கண்டு தொழுவார்கள்; கண்ணால் அவன் திருவுருவ அழகைக் கண்டு, 'நமக்கு நாலாயிரம் கண் இல்லையே!' என்று வேசாறுவார்கள் *(2)*; அவனை வாழ்த்துவார்கள் *(3)*; அவனுடைய திருவடியை லட்சிய மாகக் கொண்டு அதை வேட்பார்கள் *(6)*; அது புண்டரிக மலரைப் போலப் பொலிவு பெற்றிருப்பதைக் கண்டு இன்புறு வார்கள். பின்னும் அண்டி நெருங்கி அப்புண்டரிகத் தாள் தண்டையை அணிந்து அழகு பெறுவதை உணர்ந்து மகிழ் வார்கள். அதன் அழகை மொண்டு அது ஞானமயமாக இருப்பதை உணர்வார்கள். அப்பால் அதனையே உண்டு சுத்த ஞானமாகிய ஆனந்த நிலையில் ஒன்றுவார்கள்.

முருகனுடைய தாள் வேட்டவருக்குக் காமத்தால் துயரம் இல்லை; பிறவித்துன்பம் அறும்; என்றும் இன்பமயமான

வீட்டுலக வாழ்வு கிடைக்கும் என்ற கருத்துக்களையும் இந்தப் பாடல்களில் காணலாம்.

தமிழ்ச் சொற்களோடு வடசொற்களையும் விரவுவித்துப் பாடும் இயல்புடையவர் அருணகிரிநாதர். இப் புத்தகத்தில் வரும் பாடல்களில், அண்டம், ஆகுலம், உலகம், கிரி, சண்டம், சுத்தம், சூர், ஞானம், தண்டம், தரு, தெய்வம், தேவன், நித்திலம், பங்கேருகன், புண்டரிகம், பூகம், மண்டலம், முகன், மேதினி, வாவி, வித்தாரம் என்னும் வடசொற்கள் வந்தது காண்க.

பட்டோலையில் கணக்கு எழுதுதல், குற்றம் செய்தாரை விலங்கு பூட்டித் தண்டித்தல், இரண்டு விலங்கு பூட்டுதல், காதல் மடந்தையைக் களவாக எடுத்து வருதல், கொடியைக் கையிற் பிடித்தல், படைகளால் மண்டலமிட்டுச் சூழ்தல், அச்சத்தால் உருண்டு ஓடுதல், குழந்தையின் இடையில் கிண்கிணியைக் கட்டுதல், குறமகளிர் தினைக்கொல்லையைக் காத்தல் ஆகிய வழக்கங்கள் பாட்டிலுள்ள செய்திகளால் தெரியவருகின்றன.

இந்தப் புத்தகத்தில் கந்தர் அலங்காரத்தில் வரும் 89-ஆவது பாடல் முதல் 94-ஆவது பாடல் முடிய ஆறு பாடல்களின் விளக்கத்தைக் காணலாம். இந்தச் சொற்பொழிவுகளில் புராணக் கதைகளின் உள்ளுறையை அங்கங்கே விளக்கியிருக்கிறேன். பழைய கதைகளையும் புதிய கதைகளையும் எடுத்துக் காட்டிக் கருத்தைத் தெளிவுபடுத்தியிருக்கிறேன். ஏற்ற உவமைகளால் பொருளைப் புலப்படுத்த முயன்றிருக்கிறேன். பாடல்களில் வரும் வரலாறுகளைச் சற்று விரிவாகச் சொல்லியுள்ளேன். கண்ண பிரான் வலம்புரியோசை செய்த வரலாற்றை ஐயங்கார் பாகவதத்தைக் கொண்டு விளக்கியிருக்கிறேன். கருத்துக்களை விளக்கும்போது திருக்குறளும், பரிபாடலும், தேவாரமும், திருவாச கமும், பெரிய புராணமும் மேற்கோளாக நின்று துணைபுரிகின்றன.

இது அலங்கார மாலையில் *17*-ஆவது புத்தகம். இன்னும் இரண்டு புத்தகங்களில் அலங்காரப் பாடல்களின் விளக்கத்தை முடித்து *20*-ஆவது புத்தகத்தைக் கந்தரலங்காரம் முழுவதற்கும் உரிய ஆராய்ச்சியாக வெளியிடலாம் என்று எண்ணியிருக்கிறேன். இதுவரையில் இந்தத் தொண்டை நிறைவேற்றிய முருகன் திருவருள், எஞ்சிய மூன்று புத்தகங்களையும் நன்கு நிறைவேற்றி வைக்கும் என்றே எண்ணுகிறேன்.

வழக்கம்போல் அன்பர் சிரஞ்சீவி அனந்தன் எனக்கு உறுதுணையாக இருந்து சுருக்கெழுத்தில் சொற்பொழிவை எடுத்துத் தட்டெழுத்தில் உதவிபுரிந்து வருகிறார். என்றும் இளையபிரான் திருவருளால் அவருக்கு எல்லா நலங்களும் மேன்மேலும் பெருக உண்டாக வேண்டுமென்று வாழ்த்துகிறேன்.

கி.வா. ஜகந்நாதன்

20.03.1962

இரு விலங்கு

பிறப்பும் இறப்பும்

மனிதனுடைய வாழ்வின் எல்லைகள் இரண்டு. ஒன்று பிறப்பு, மற்றொன்று இறப்பு. வாழ்க்கை என்று சொல்வதே பிறப்புக்கும் இறப்புக்கும் இடைப்பட்டது. இறப்பு, பிறப்பு என்பன உடம்பைச் சார்ந்தன. ஆனால் அவற்றால் வரும் துன்பங்கள் உடம்போடு கூடிய உயிரைச் சார்ந்துள்ளன. இந்த இரண்டையும் நோய் என்று சொல்வார்கள். பிறப்பு உண்டானால் இறப்பும் நிச்சயம் உண்டாகும். பிறப்பினால் தோன்றி வளர்கின்ற உடம்பு அழிவது இறப்பாகும். மலபாண்டமாகிய இந்த உடம்பு நெடுங்காலம் இருக்குமென்றும், இதனை வைத்துக்கொண்டு இறவாத வாழ்வு வாழலாம் என்றும் சொல்வது வெறும் கற்பனையே. 'தோற்றம் உண்டேல் ஒடுக்கம் உண்டு' என்பது ஒரு நியதி.

பிறந்தவர்கள் மீட்டும் பிறக்காமல் இருக்கும் நிலையை அடைவதுதான் முத்தி என்பது. சரீரத்தின் தொடர்பு இல்லாமல் இருக்கிற நிலையே முத்தி எனப்படுவது. எப்போதும் உயிரானது உடம்போடு சேர்ந்துதான் இருக்கும்; அல்லது இறைவன் திருவடியில் ஒன்றி இருக்கும். உடம்புகள் மூன்று என்பதும், பிறப்பி னால் புற உடம்பாகிய ஊன் உடம்பு உண்டாகிறது என்பதும், எல்லாக் காலத்தும் உயிரானது உடம்போடேயே இருக்கும் என் பதும் முன்னாலே நாம் அறிந்தவை. உடம்பின் தொடர்பு இல்லாமல் விடுபட்டு உயிர் இறைவனோடு ஒன்றுபட்டு வாழ்வதே முத்தியின்பமாகும்.

பிறப்பும், இறப்பும் தொடர்ந்து வருவன. இறப்பு உண்டான வுடன் மீட்டும் அந்த உயிரானது வேறு புற உடலை எடுத்துக்

கொள்ளும்.இடைப்பட்ட காலத்தில் சூட்சும உடம்போடு நின்று இன்ப துன்பங்களை அநுபவிக்கிறது. அவற்றையே சொர்க்க நரகம் என்று சொல்வார்கள். அந்த உடம்பை யாதனா சரீரம் என்று சொல்வது வழக்கம். எப்படியும் உடம்போடு நின்று உயிர் அநுபவத்தைப் பெறுகிறது. பரு உடலோடு இருக்கிற வாழ்வே நமக்குப் பிரத்தியட்சமாகத் தெரிகிறது. இந்த வாழ்வின் தொடக்கத்தைப் பிறப்பு என்றும், முடிவை இறப்பு என்றும் சொல்கிறோம். பிறப்பு, இறப்பு ஆகிய இரண்டும் போக வேண்டுமானால் மெய்ஞ்ஞானம் வரவேண்டும். ஆண்டவனுடைய திருவருளால் பெறுவது அது.

இந்த உலகத்தில் உணவு இன்மை, சுகம் இன்மை முதலிய வற்றால் பெறும் துன்பங்களை ஓரளவு நம்முடைய முயற்சியால் மாற்றிக் கொள்ளலாம். ஆனால் பிறப்பு இறப்புத் துன்பங்களை மாற்றுவதற்கு இறைவன் திருவருள் அவசியம் வேண்டும். அவனுடைய திருவருளால் மெய்ஞ்ஞானம் உண்டாக, அதன் பய னாகப் பிறப்பு, இறப்பு நீங்க வேண்டும். கடவுளின் பெருமையைச் சொல்லும்போது அவன் பிறப்பையும், இறப்பையும் நீக்குகிறவன் என்பதைப் பல பெரியவர்கள் குறிப்பித்திருக்கிறார்கள்.

"பிறவிப் பெருங்கடல் நீந்துவர் நீந்தார்
இறைவ னடிசேரா தார்"

என்பது திருக்குறள்.

அருணகிரிநாதப் பெருமான், முருகனை வணங்கினால் யம பயம் இல்லாமல் போகும், மரணத்தினால் உண்டாகும் துன்பம் அடியோடு ஒழியும் என்ற உண்மையைப் பலபல உருவங்களில் சொல்லியிருக்கிறார். முன்பு அலங்காரப் பாடல் பலவற்றில் இந்தக் கருத்து அமைந்திருப்பதைப் பார்த்திருக்கிறோம். அவனுடைய திருவருளினால் பிறப்புத் துன்பம் ஒழியும் என்பதை இப்போது சொல்ல வருகிறார். அலங்காரமாக அந்த உண்மையைச் சொல்கிறார்.

அதிகாரிகள்

பிறப்பு, இறப்பு ஆகிய இரண்டு நிகழ்ச்சிகளும் நமக்கு நிகழ்கின்றன. இந்தத் தொழில்களை நடத்துகிறவன் ஆண்டவன். அவன் ஐந்தொழில் உடையவன். படைத்தல், காத்தல், அழித்தல், மறைத்தல், அளித்தல் என்பவை அந்த ஐந்தொழில்கள். அந்த ஐந்து தொழில்களும் இறைவனுடைய ஆணையால் நிகழ்கின்றன. அவன் இந்த ஐந்தையும் ஐந்து அதிகாரிகளைக் கொண்டு நிகழ்த்துகிறான் என்பது புராண வரலாறு. மிகச் சிறந்த அதிகாரி ஒருவன் தான் செய்கின்ற காரியங்களைப் பல பணியாளர்களை வைத்துக் கொண்டு செய்வது வழக்கம். எத்தனைக்கு எத்தனை உயர்ந்த நிலையில் அதிகாரி இருக்கிறானோ அத்தனைக்கு அத்தனை அவனுக்குக் கீழே பல துணை அதிகாரிகளும், ஏவலாளர்களும் இருப்பது இயற்கை. அதுபோல மூல சக்தியாக எழுந்திருக்கிற கடவுளுக்குத் துணையாகப் பல சக்திகள் உள்ளன. எல்லாம் ஒருவனாலே நிகழ்வன என்றாலும், உலக இயலை எண்ணி, அவன் ஆணையைச் செயலாற்றுகின்ற சிறுசிறு சக்திகள் இருப்பதாக நினைந்து, அந்த அந்தச் சக்திகளுக்கு உருவம், பணி, பெயர் முதலியன வைத்துப் போற்றுகிறார்கள். அந்த வகையில் இறப்பைத் தருபவன் யமன் என்றும், பிறப்பைத் தருபவன் பிரமன் என்றும் சொல்வது மரபாக இருக்கிறது. இந்த இரண்டு பேருக்கும் தலைவனாக இருப்பவன் ஆண்டவன். யமன் என்ற கற்பனை எவ்வாறு எழுந்தது என்பதைப் பற்றியும், யமனுடைய இயல்புக்கும் இறப்புக்கும் உள்ள தொடர்பு பற்றியும் பலமுறை சிந்தித்திருக்கிறோம்.

பிரமன்

பிரமன் என்ற வடிவத்தில் பிறப்பைத் தரும் சக்தியை அமைத்திருக்கிறார்கள். படைத்தல் என்பது ஒரு பேராற்றல். அதற்கு இன்றியமையாதது அறிவு. பணம் உள்ளவன் ஏதேனும் ஒன்றைப் படைக்க வேண்டுமானால் அறிவில் வல்லவர்களைக் கொண்டுதான் படைக்க முடியும். அறிவு உள்ளவன் பணத்தைத் திரட்டிக் கொண்டு வேலை செய்ய

ஆற்றல் உள்ளவனாக இருக் கிறான். வெறும் பணம் உள்ளவனோ அறிவு இல்லாவிட்டால் ஒன்றும் செய்ய முடிவதில்லை. படைப்புத் தொழிலைக் கொண்ட பிரமன் பேரறிவாளனாக இருக்க வேண்டும். இதனை எண்ணியே அவன் எப்போதும் வேதத்தை ஓதுகிறான், அவன் தன் நாக்கில் கலைமகளை வைத்திருக்கிறான் என்று புராணக் கதை சொல் கிறது. வேதம் என்பது விதிப்பன விதித்து விலக்குவன விலக்கு வது. நம்முடைய நாட்டில் பிற நூல்களுக்குக் கிடைக்காத பெருமை வேதத்திற்குக் கிடைத்திருக்கிறது. அதை அபௌருஷேயம் என்றும், அநாதி என்றும் போற்றுகிறார்கள். இறைவனுடைய திருவாக்கே வேதம் என்று சொல்வார்கள். பல ஆயிரம் ஆண்டுகளாகக் காது வழியாகக் கேட்டு ஸ்வரம் மாறாமல் வேதம் இந்த நாட்டில் நிலவி வந்திருப்பதே ஆச்சரியங்கள் எல்லாவற்றிலும் பெரிய ஆச்சரியம். பிரமன் வேதத்தில் வல்லவன் ஆதலின் அவனை 'வேதியன்' என்றும் சொல்வார்கள். எல்லாப் பொருளையும் தத்துவத்தையும் உணர்ந்து படைக்க வேண்டி இருப்பதால், அவனுக்கு வேத அறிவு நிரம்ப வேண்டியிருக்கிறது. அதுமாத் திரம் அன்று. எல்லாக் கலைகளுக்கும் தலைவி, எல்லா வித்தைகளுக்குமுரிய சக்தி கலைமகள் என்று போற்றுகிறோம். அந்தக் கலைமகள் பிரமனுடைய மனைவி. அவள் அவன் நாவில் இருக்கிறாள். வேத அறிவோடு கலை அறிவும் உடையவன் என்ற குறிப்பைத்தான் இந்த வரலாறு காட்டுகிறது. அறிவுச் செல் வத்தை உடையவன் பிரமன், ஆக்கும் திறத்தை அறிந்தவன், விதிக்கும் முறையை உணர்ந்தவன் என்ற இயல்புகளை அவனைப் பற்றிய வருணனைகள் நமக்கு விளக்குகின்றன.

சிவபெருமான் இரண்டையும் போக்குதல்

இறைவனுடைய திருவருளைப் பெற்றவர்களுக்குப் பிரமனிடத்தில் அச்சம் இராது. யமனிடத்திலும் அச்சம் பிரமனுக்கு வேலை கொடுப்பதும் அவர்களளவில் நின்றுவிடும். யமனுக்கு வேலை கொடுப்பதும் நின்றுவிடும். பரஞ்சோதியாக இருக்கும் கடவுள் இறப்பும், பிறப்புமாகிய

துன்பங்களினின்றும் அடியார்களைக் காப்பாற்றுகிறான் என்ற உண்மையைப் புராணக் கதைகள் வெவ்வேறு வகையில் சொல்கின்றன. சிவபெருமான் ஆருயிர்களுக்கு இறப்பையும், பிறப்பையும் போக்குகிறவன். இந்த உண்மையையே அவனுடைய கையும் காலும் காட்டுகின்றன. சிவபெருமான் தன்னுடைய கையில் பிரம கபாலத்தை வைத்திருக்கிறான். பிரமன் நம்முடைய தலையில் எழுதுகிறான்; நமக்குப் பிறப்புத் துன்பத்தை உண்டாக்குகிறான். ஆனால் சிவ பெருமான் அந்தப் பிரமனுடைய தலையையே திருப்பிக் கையில் வைத்திருக்கிறான். 'பிரமனால் வரும் துன்பம் இப்பெருமானுடைய அடியார்களுக்கு இல்லை' என்று சொல்வது போல அவன் கையில் அந்தக் கபாலம் விளங்குகிறது. கபாலியின் திருவருள் பெற்றவர்களுக்குப் பிரமனால் உண்டாகிற பிறப்புத் துன்பம் கிடையாது என்கிற உண்மையை அவனுடைய திருக்கரத்தைக் காண்கிறவர்கள் தெரிந்து கொள்வார்கள். இறைவன் திருவடி யமனை உதைத்தது. மார்க்கண்டேயனைக் காப்பாற்றுவதற்கு யமனைத் தன் திருக்காலால் உதைத்து ஒழித்தவன் சிவபெருமான். அந்தக் கதையை நாம் கேட்டிருக்கிறோம். மார்க்கண்டேயனுக்கு மாத்திரம் நிகழ்வது அன்று அது. தன்னை உறுதியாக நம்பினவர் கள் அனைவருக்கும் அருள் செய்யும் திருவடி அது. ஆகவே, சிவபிரான் திருவடியால் கால பயத்தையும் திருக்கரத்தால் பிரமனால் விளையும் அச்சத்தையும் போக்குகிறவன் என்பதை நாம் உணரலாம்.

வகுப்பவன்

முருகப்பெருமான் சிவபெருமானினும் வேறு அல்லாதவன். ஆகவே சிவபெருமானுக்குரிய இயல்புகள் அவனுக்கும் உரியன. முருகனும் இறப்புத் துன்பத்தையும் பிறப்புத் துன்பத்தையும் போக்குகிறவன். பலவிடங்களில் யமனைத் தைரியத்தோடு அறை கூவுகிறார் அருணகிரியார். முருகன் பிரமனைக் குட்டினான் என்பது கந்தபுராண வரலாறு. அது முருகப்பெருமான் பிறவித் துன்பத்தை நீக்குபவன் என்ற குறிப்பைத் தருகிற கதை.

பிரமன் அவரவர்கள் செய்த புண்ணிய பாவங்களுக்கு ஏற்ற வகையில் பிறப்பைத் தருகிறவன். வினையே பிறப்பையும், இறப்பையும் தருவதற்குக் காரணமானாலும் அது ஜடமாதலின் அதுவே இயங்காது. பாங்கில் பணம் இருக்கிறது. அதனை அங்கே பலர் போட்டு வைத்திருக்கிறார்கள். வேண்டிய பொழுது வாங்கிக் கொள்கிறார்கள். பணத்தைப் போடுகிறவரும் வாங்குகிறவருமாகப் பலர் இருக்கிறார்கள். ஆனால் அந்தப் பணம் தானே உரியவர்கள் கையில் சேருவது இல்லை. அதனை வாங்கவும், கொடுக்கவும் அதிகாரிகள் அங்கே இருக்கிறார்கள். பணம் ஜடமாதலின் அதுவே இயங்காது. அதுபோல் இந்த உலகத்தில் பிறந்து புண்ணிய பாவ வினைகளை ஈட்டியவர்களுக்கு அடுத்த பிறவிகளில் அவற்றால் வரும் இன்ப துன்பங்களைச் சேர்ப்பதற்குரிய ஆற்றல் அந்த வினை களுக்கு இல்லை. அவை ஜடமாதலின் அவற்றைக் கொண்டு ஆருயிர்களுக்குரிய அநுபவங்களைத் தருவதற்கு ஏதேனும் ஒரு சக்தி இருக்க வேண்டும். பிரமனே அந்தச் சக்தியாக இருக்கிறான். அந்த வேலையைச் செய்வதற்கு பிரமன் நியமிக்கப்பட்டிருக்கிறான். இன்னாருக்கு இன்னபடி அநுபவத்தைத் தரவேண்டும் என்ற கணக்கு வைத்துச் செய்வதை, அறிவு இல்லாதவன் செய்ய முடியாது. குற்றவாளிகளுக்குரிய தண்டனையைக் கொடுக்கும் நீதிபதிக்குச் சட்டத்தில் நல்ல அறிவு இருக்க வேண்டும். சட்ட அறிவு இல்லாதவன் நடுநிலைமை இல்லாதவன்; நீதிபதி வேலைக்குத் தகுதி அற்றவன். பிரமனும் நடுநிலையில் நின்று அவரவர்களுடைய புண்ணிய பாவங்களின் கணக்கை எடுத்துக் கொண்டு அவற்றுக்கு ஏற்பப் பிறப்பையும், அநுபவங்களையும் விதிக்க வேண்டும். இவ்வாறு விதிப்பதனால் அவனுக்கு விதி என்ற ஒரு பெயர் உண்டு. திருவள்ளுவரும் 'வகுத்தான்', 'உலகியற்றியான்' என்ற பெயரால் அவனைச் சொல்வர்.

"வகுத்தான் வகுத்த வகையல்லால் கோடி
தொகுத்தார்க்கும் துய்த்த லரிது"

என்றும்,

**"இரந்தும் உயிர்வாழ்தல் வேண்டின் பரந்து
கெடுக உலகியற்றி யான்"**

என்றும் கூறுவர். அவரவர்களுக்குரிய அநுபவங்களை வகுக்கும் வேலையைப் பிரமன் செய்கிறான்.

பிரமனுக்கு நான்கு முகங்கள், எட்டுக் கண்கள். அவன் எந்தப் பக்கத்திலும் கோடாமல் வேலை செய்ய வேண்டும்."கோடாத வேதன்" என்று அருணகிரியார் கூறுவர். ஆகையால் எல்லாவற்றையும் ஒரே சமயத்தில் பார்ப்பதற்குரிய கண்களும், முகங்களும் அவனுக்கு உள்ளன. நாம் முன்னாலே ஒருவன் வருவதைப் பார்த்தால் பின்னாலே வேறு ஒருவன் வருவதைப் பார்க்க முடியாது. ஒரே சமயத்தில் முன்னும் பின்னும் பார்க்கிற காட்சிதான் நடு நிலைக் காட்சியாக இருக்க முடியும். ஆகையால் நான்கு திக்கு களிலும் தலையும், கோணத் திசைகளையும் சேர்த்து எட்டுப் பக்கங்களிலும் பார்க்க எட்டுக் கண்களும் இருக்கின்றன என்று புராணங்கள் கூறுகின்றன. எட்டுக் கண்ணும் விட்டெரிக்கும் அதிகாரம் உடையவன் அவன்தான்.

வேத அறிவும், கலைமகளின் துணையும், திசைதோறும் உள்ள முகங்களும், எல்லாத் திக்குகளிலும் பார்வையைச் செலுத்தும் கண்களும் உடைய பெருமான் பிரமன். அவன் நடுநிலைமை யினின்றும் பிறழலாகாது. அவரவருக்குத் தக்க வண்ணம் அநுபவங்களை ஊட்ட வேண்டும். இதுதான் அவனுடைய கடமையாகும். தவறு செய்கிறவர்களுக்குத் தீங்கும், நலம் செய்பவர்களுக்கு நன்மையும் தருகிற அதிகாரியாகிய அவனே தவறு செய்து நடந்தானானால் அவனை ஒறுப்பதற்கு ஆண்டவன் வருவான்.

வரலாறு

கந்தபுராணத்தில் ஒரு வரலாறு வருகிறது. பிரமன் முருகப் பெருமானைக் கவனிக்கவில்லை. எட்டுக் கண் இருந்தும்

சின்னஞ் சிறு குழந்தையாக விளையாடிக்கொண்டிருக்கும் முருகனை அவன் காணவில்லை. தலை தருக்கி நடந்தான். எல்லா இடங்களையும் ஒரே சமயத்தில் பார்ப்பதற்குரிய கண்கள் இருந்தும், பார்க்க வேண்டியதைப் பார்த்து வணங்காது போனால் அவன் குருடன் அல்லவா? ஆகையால் முருகன் அவனை அழைத்து? "நீ யார்?" என்று கேட்டான். அவன், தான் பெரிய அதிகாரம் வகிப்பவனைப் போல, "சிருஷ்டி கர்த்தா'' என்று சொன்னான். ‘‘உனக்கு என்ன வரும்?" என்று முருகன் கேட்க, "வேதம் வரும்" என்று அவன் சொன்னான். முருகப் பெருமான், "வேதத்தைச் சொல்" என்று கேட்கப் பிரமன், "ஓம்" என்று தொடங்கினான். உடனே, "அதன் பொருள் என்ன?" என்று முருகன் கேட்க, பிரமன் தெரியாமல் விழித்தான்.

கதையின் கருத்து

இந்தக் கதையில் ஒரு சிறந்த உண்மை புலனாகிறது. கல்வி யிலே முற்ற வல்லவனாக இருப்பவன் பணிவு உடையவனாக இருந்தால்தான் தெளிவு பிறக்கும். நான் என்ற அகந்தை அவனுக்கு இருக்குமானால் அவன் பெற்ற கல்வியில் குழப்பம் உண்டாகும். அதுபோல் இங்கே பிரமன் தனக்குரிய அதிகாரத்தினால் தருக்கிப் பணிவின்றி நின்றான். வணங்குவதற்குரிய முருகனைக் கண்டும் வணங்காமல் இருந்தான். அவன் வேதத்தில் வல்லவனானாலும் தருக்கினால் தெளிவு பெறாமல் போனால் முருகன், "உலகத்தை எல்லாம் படைக்கின்ற உனக்கு இந்தப் பொருள் தெரியவில்லையே! அறியாதவன் படைத்தால் உலகம் உருப்படுமா?" என்று அவன் தலையில் குட்டிக் காலில் தளை பூட்டிச் சிறை வைத்தான். இந்தக் கதை, பெரிய அதிகாரியா னாலும் அவன் தவறு செய்தால் அவனை அவனுடைய தலைவன் ஒறுப்பான் என்ற முறையை நினைவூட்டுகிறது.

கணக்கு

"எனக்கு முருகப் பெருமான் திருவருள் இருக்கிறது; ஆகையால் பிறப்பு வராது" என்று உறுதியாக அருணகிரியார் எண்ணி இருந்தார்.

"இல்லை, இல்லை. பிறப்பை உனக்குக் கொடுக்கிறவன் பிரமன் அல்லவா? அவன் உனக்குப் பிறப்பைக் கொடுத்து விட்டால் என்ன செய்வாய்?" என்று ஒருவர் கேட்கிறார்.

"நிச்சயமாகப் பிரமன் எனக்குப் பிறப்பைக் கொடுக்க மாட்டான்" என்று அவர் சொல்கிறார்.

பிரமன் ஒவ்வோர் உயிரினுடைய கணக்கையும் வைத்திருக்கிறான். இன்ன காலத்தில் இன்ன உயிர் இப்படிப் பிறக்க வேண்டு மென்று அந்தக் கணக்கை ஓலையில் எழுதி வைத்திருக்கிறானாம். ஒவ்வோர் உயிரின் புண்ணிய பாவங்களையும் கணக்குப் பண்ணி இன்னார் இன்னார் இன்ன சமயத்தில் பிறக்க வேண்டு மென்று முன்கூட்டியே எழுதி வைத்துக் கொள்கிறான். கணக்கோ, குறிப்போ, நூலோ எதை எழுதினாலும் பழங்காலத்தில் ஓலையில் எழுதுவார்கள். அந்த ஓலைக்குப் பட்டோலை என்று பெயர். 'பிரமன் முருகப் பெருமானுடைய அடியார்களை இனிப் பிறப் பதற்குரியவர்கள் என்று வரிசைப்படுத்தும் கணக்கோலையில் எழுதமாட்டான். இன்னாருக்கு இன்னபடி என்று வரையறை செய்யும் அதிகாரியாதலின், அப்படி எழுதுவதற்கு மனம் இடந் தராது. ஒருகால் முருகப் பெருமானுடைய தண்டனையை அவன் ஏற்றுக்கொள்வதற்கு முன்னால் எழுதியிருக்கலாம். அந்தப் பெருமானுடைய கையினால் குட்டுப்பட்ட பிறகு இனி ஜாக்கிரதையாக நடந்துகொள்ள வேண்டுமென்ற அறிவு பிறந்திருப்பதனால், இப்போது அவன் சிறிதும் தவறு செய்யமாட்டான்.

மற்றவர்களிடத்தில் தவறு செய்தாலும் முருகனோடு தொடர்பு உடையவர்களிடத்தில் நிச்சயமாகத் தவறு செய்யமாட்டான். என்ற எண்ணம் உடையவர் அருணகிரியார்.

"பிரமன் உங்களுடைய தலையில் எழுதியிருக்கிறான். மறுபடியும் உங்களுக்குப் பிறப்பு உண்டென்று தன்னுடைய பட்டோலையில் குறித்திருக்கிறான்" என்று ஒருவர் சொன்னதாக வைத்துக் கொள்வோம். அவரைப் பார்த்து அருணகிரியார் சொல்கிறார். "அப்படியா? பிரமன் என் பெயரை எழுதினானா?" என்று கோபத்துடன் கேட்கிறார். அவருடைய கோபம் பிரமனைச் சுட்டுகின்ற முறையினால் தெரிகிறது.

பங்கேருகன்

யாராவது ஒருவரைப் பற்றிச் சிறப்பாகச் சொல்ல வந்தால் அவருடைய சிறப்புகளையே நாம் சொல்வோம். அவரை இழிவாகச் சொல்ல வேண்டுமானால் அவருடைய இழிவான இயல்புகளையே பெருக்கிப் பேசுவோம். 'அவன் இன்ன இழிவான இடத்தில் பிறந்தவன்; இன்ன இழிவான மனிதனுக்குப் பிறந்தவன்தானே?' என்று பேசுவது உலக வழக்கு. அதுபோலவே முறை அறியாது காரியத்தைச் செய்த பிரமனை இங்கே,

பங்கேருகன்

என்று சொல்கிறார். பங்கேருகன் என்பதற்குத் தாமரையில் உள்ளவன் என்று பொருள். பங்கம் சேறு. தாமரை சேற்றிலே முளைப்பதாதலின் பங்கேருகம் என்ற பெயரைப் பெற்றது. இங்கே பிரமனை, "பங்கேருகன்" என்றது. 'சேற்றிலே பிறந்த தாமரையில் இருக்கிறவன் அல்லவா?' என்று இழிவு தொனிக்கும்படி அமைந்தது. சேற்றில் பிறந்த தாமரையில் இருக்கிறவன் குழம்பிய எண்ணத்துடன் இருப்பது இயல்புதான் என்ற குறிப்பு அந்தப் பெயரில் இருக்கிறது. "அவன் என் பெயரைப் பட்டோ லையில் இடுவானா?" என்று கேட்கிறார் அருணகிரியார். அப்படி எழுதுவதாக இருந்தால் அவன் ஒழிந்தான் என்ற தைரியத்தோடு பேசுகிறார்.

பங்கேருகன் எனைப் பட்டோலையில் இடப் பண்டு தளை தன் காலில் இட்டது அறிந்திலனோ?

பழைய அநுபவம்

"ஒருகால் பழைய காலமாக இருந்தால் படைப்புத் தொழில் உடையோம் என்ற செருக்கினால் என்னைப் பட்டோலையில் இடுவதற்கு வாய்ப்பு உண்டு. வேலையில் புதிதாகப் புகுந்தவர்கள் சில தவறுகள் செய்வது இயற்கை. ஆனால் இந்தப் பிரமனோ, பலகாலமாகப் படைப்புத் தொழிலை நடத்தி வருகிறான். அது மட்டுமன்று. தான் செய்த பிழைக்காக முருகப்பெருமானுடைய தண்டனையையும் பெற்றிருக்கிறான்.அப்படி இருக்க, அவன் இப்போது மீண்டும் தவறு செய்வானா? செய்யமாட்டான். செய்வதாய் இருந்தால் அவன் பழைய அநுபவத்தை மறந்திருக்க வேண்டும். அந்தச் செயல்தான் நமக்குத் தெரியுமே! தன்னை வணங்காமல் சென்றமையினால் முருகப்பெருமான் பிரமனுக்குக் காலில் தளையிட்டுச் சிறையில் அடைத்தான். அந்த அநுபவம் அவனுக்கு மறந்திருக்காது. ஒருகால் மறந்திருந்து இப்போது என்னைப் பட்டோலையில் இட்டுவிட்டானோ? எழுதிவிட்டானோ?" என்று கேட்கிறார்.

பங்கேருகன் எனைப் பட்டோலையில் இடப் பண்டு தளை தன் காலில் இட்டது அறிந்திலனோ?

'ஒருகால் அதனை மறந்து பட்டோலையில் என் பெயரை இட்டுவிட்டான் என்று வைத்துக் கொள்வோம். அப்படியானாலும் எனக்கு யாதொரு பயமும் இல்லை. நான் முருகப்பெருமானைப் புகல் அடைந்தவன். தன்னுடைய அடியார்களுக்கு இப்படி ஒரு நிலை வரப்போகிறது என்றால், முற்றறிவு உடையவனாகிய அவன் கணத்தில் அறிந்து கொள்வான். நான் அதைப்பற்றிக் கவலைப் பட வேண்டியதில்லை. அவன் பிரமனைச் சும்மா விடமாட்டான்.

எம்கோன்

எங்கள் பெருமான் எத்தகையவன் தெரியுமா? முப்பத்து முக்கோடி தேவர்களுடைய துன்பங்களைப் போக்கினவன். அவர்கள் அறுபத்தாறு கோடி அசுரர்களாலே துன்புற்றார்கள்.

அமரர்கள் யாவரும் முருகன் திருவடியைப் புகல் அடைந்து, அடைக்கலம் என்று சொன்னவுடன் அவர்களைக் காப்பாற்று வதற்காக உறுதி கூறினான். அடைக்கலம் அடைந்தவர்களைக் காப்பாற்றுதல் அவன் இயல்பு ஆதலின் உடனே போரைத் தொடங்கினான். அசுரர்கள் அறுபத்தாறு கோடி பேர்களாயிற்றே என்று அவன் அஞ்சவில்லை. தேவர்களுடைய துணை வலிமையை வைத்துக்கொண்டு போரிடலாம் என்றும் எண்ணவில்லை. வேல் அவன் திருக்கரத்தில் இருக்கிறது. அதைக் கொண்டு எத்தனை பெரிய பகைவர்களாக இருந்தாலும் ஒழித்து விடலாம். வேறு யாருடைய கையிலும் அத்தகைய வேல் இல்லை. அது ஒப்பற்ற வேல். அவன் அந்த வேலாயுதத்தை எடுத்துக்கொண்டு நடந்த போதே சூரன் மனத்திற்குள் அஞ்சினான். கிரௌஞ்சமலை திடுக் கிட்டது. சூரன் பின்னாலே புகுவதற்கு இருந்த கடலும் அலறியது. இதை அலங்காரமாக முன்பும் ஒரு பாட்டில் சொன்னார்.

"கடலழக் குன்றழச் சூரழ விம்மியழும்
குருந்தைக் குறிஞ்சிக் கிழவன்என்று ஓதும் குவலயமே."

இங்கு வேறு வகையில் அதே கருத்தைச் சொல்கிறார்.

தனிவேல் எடுத்துப்
பொங்கோதம் வாய்விடப் பொன்னஞ் சிலம்பு புலம்ப வரும் எம்கோன்

எங்களுடைய கடவுளாகிய முருகப்பெருமான் வேலை எடுத்து நடக்கிறான். அமரர்களுடைய துன்பத்தைப் போக்கவேண்டு மென்ற எண்ணத்தோடு நடைபோடுகிறான். இனிமேல்தான் போர்க் களத்திற்குச் சென்று போரிட வேண்டும். இவன் தன்னுடைய தளத்திலிருந்து நடைபோடும் போதே எதிர்த்தளத்தில் உள்ள பகைவர்களுடைய மனத்தில் அச்சம் குடிகொள்கிறது. பொங்கி வரும் கடல், 'ஐயோ! இந்த வேல் நம்மைச் சுவற அடிக்கும் போல் இருக்கிறதே! இந்தப் படுபாவி சூரன் நம்மிடத்தில் வந்து மறைந்து கொள்ள, அது

காரணமாக நம்மை இந்தக் கூர்வேல் சுவற அடித்துவிடப் போகிறதே' என்று வாய்விட்டு அலறுகிறதாம். கடல் எப்போதும் ஒலித்துக் கொண்டிருக்கும். முருகன் வேலைத் தாங்கி நடை போட்ட போது அந்த ஒலி, 'ஐயோ! எனக்குத் தீங்கு வரப்போகிறதே' என்று வாய்விட்டுப் புலம்புவது போல இருக்கிறதாம். பெரிய மலை உருவத்தில் இருந்த கிரௌஞ்சாசுரன் அந்த வேல் தன்னைப் பொடிப் பொடியாக்கப் போகின்றதே என்று புலம்புகின்றானாம்.

தனிவேல் எடுத்துப் பொங்கோதம் வாய்விடப் பொன்னஞ் சிலம்பு புலம்ப வரும் எங்கோன் அறியின் இனி நான்முகனுக்கு இரு விலங்கே.

"முப்பத்து முக்கோடி அமரர்களுக்குப் பகையாக வந்தவர் களையே அழிக்கும் பெருமான் எனக்குத் துணையாக இருக்கும் போது பிரமனால் எனக்கு என்ன தீங்கு நேரப் போகிறது?" என்று தைரியத்தோடு பேசுகின்றார்.

கடுமையான தண்டனை

அந்தப் பெருமான் இதை அறிந்தால் சும்மா இருப்பானா? முன்னாலே ஒரு முறை பிரமன் தனக்குத் தீங்கு செய்தான் என்று அவனுக்குத் தண்டனை அளித்தான்; செருக்கினால் வணங்காமல் சென்றான் என்பதற்காகத் தலையில் குட்டிக் காலில் தளை யிட்டான். இப்போதோ பழைய தண்டனை மாதிரி அல்ல; இன்னும் கடுமையாகத் தண்டனை தருவான்.

எங்கோன் அறியின் இனி நான்முகனுக்கு இருவிலங்கே.

'முன்பு ஒரு விலங்கு காலில் பூட்டினான்; இப்போது அதே காலில் இரட்டை விலங்கு போடுவான்' என்று பொருள் கொள்ளக் கூடாது. மீண்டும் தவறு செய்தால் அவனுக்குக் கடுமையான தண்டனை விதிக்க வேண்டும். ஆகவே முன்பு ஒரு விலங்கு போட்டான்; இப்போது இருவிலங்கு போடுவான். இங்கே 'இருவிலங்கு' என்றால் காலிலும், கையிலும் போடும் விலங்கு என்று கொள்ள வேண்டும்.

தனக்குத் தவறு செய்தால் ஒரு பங்கு தண்டனை கொடுப்பவன் அடியார்களுக்குச் செய்த பிழைக்காக இரண்டு பங்கு தண்டனை செய்வான். தனக்குச் செய்கிற அபசாரத்தைக் காட்டிலும் தன் அடியார்களுக்குச் செய்கிற அபசாரத்திற்காகப் பின்னும் கடுமையாகத் தண்டிப்பான். ஆதலால் முன்பு பிரமன் தனக்குச் செய்த தீங்கை உணர்ந்தபோது ஒரு விலங்கு போட்டவன்; தன் அடியார்களுக்குச் செய்த தீங்கை உணர்ந்தால் இரட்டை விலங்கு போடுவான். அப்போது தன்னைக் காணாமல் நடந்த காலுக்கு விலங்கு போட்டான். இப்போது அந்த விலங்கோடு பட்டோலையில் எழுதிய கைக்கும் சேர்த்து இரட்டை விலங்காகப் போடு வான். காலுக்கும் கைக்கும் விலங்கு போடுவது உலக வழக்கம்.

"தொட்டாரைச் சொல்லியழு
தோள்விலங்கு போட்டு வைப்போம்
கண்டாரைச் சொல்லியழு
கால்விலங்கு பூட்டி வைப்போம்"

என்று தாலாட்டுப் பாட்டில் வருகிறது.

பழைய அநுபவத்தை மறந்து பிரமன் தவறு செய்தால் முன்னே கிடைத்த தண்டனையைப் போல இருமடங்கு தண்டனை அவனுக்குக் கிடைக்குமாம். முன்பு அவன் நடக்க முடியாமல் தளையிட்டான்; இப்போதோ நடக்கவும் முடியாமல், வேலை செய்யவும் முடியாமல் காலிலும், கையிலும் முருகன் விலங்கு பூட்டுவானாம்.

நான்முகனுக்கு இருவிலங்கே.

நான்முகனுக்கு என்ற சொல்லில் ஒரு குறிப்பு உண்டு, நான்கு பக்கத்திலும் முகத்தை உடையவனாக இருந்தும், நடு நிலைமையில் நின்று எல்லாவற்றையும் பார்க்க வேண்டியவனாக இருந்தும், இப்படி உண்மையை உணராமல் செய்கிறானே என்ற குறிப்பை உடையது அது. அடுத்த பாட்டிலும்,

"நாலாயிரம் கண் படைத்திலனே அந்த நான்முகனே' என்று பிரமனை நான்முகன் என்று பேசுவார் அருணகிரியார்.

முருகப்பெருமானுடைய திருவருளால் பிறப்பு அற்றுப் போகும் என்பது இந்தப் பாட்டின் கருத்து.

பங்கே ருகன்எனைப் பட்டோ
லையில்இடப் பண்டுதளை
தன்காலில் இட்டது அறிந்தில
னோ?தனி வேல்எடுத்துப்
பொங்கோதம் வாய்விடப் பொன்னஞ்
சிலம்பு புலம்பவரும்
எங்கோன் அறியின் இனிநான்
முகனுக்கு இருவிலங்கே.

[தாமரையில் இருக்கும் பிரமன் என்னைப் பிறவி எடுப்பவர்களின் கணக்கில் ஒருவனாக ஓலையில் எழுதுவதற்கு, அவன் பழங்காலத்தில் முருகன் தன் காலில் விலங்கிட்டதை நினைக்கவில்லையோ? அவன் அதை மறந்து பட்டோலையில் இடுவதை, ஒப்பற்ற வேலாயுதத்தை ஏந்திப் பொங்கும் கடல் வாய்விட்டு அரற்றவும் பொலிவுபெற்ற கிரௌஞ்ச மலை புலம்பவும் எழுந்தருளும் எம்முடைய தலைவனாகிய முருகன் அறிந்தால், இனிமேல் பிரமனுக்கு முன்பு போட்ட ஒரு விலங்கன்றி இரண்டு விலங்கு இடப்பெறும்.

பட்டோலை-கணக்கு முதலியன எழுதும் ஓலை. அறிந்திலனோ எண்ணவில்லையோ.தனி - ஒப்பற்ற. ஓதம் - கடல். வாய்விட - ஒலிக்க. வாய்விட, புலம்ப, எடுத்து, வரும் எங்கோன் என்க.

பட்டோலையில் இட என்பது இடுவதாக இருந்தால் என்னும் பொருளுடையது]

இது கந்தர் அலங்காரத்தில் 89-ஆவது பாட்டு.

நாலாயிரம் கண்

எண்ணத் தொடர்ச்சி

நான்கு பேர்கள் உட்கார்ந்துகொண்டு பேசும்போது ஏதேனும் ஒரு பொருளைப் பற்றிப் பேச்சுத் தொடங்கினால் தொடர்ந்து அந்தப் பொருளின் சார்பாகவே பேச்சு நிகழும். மற்றவர்களும் அதன் சார்பாகவே நினைந்து பேசுவார்கள். ஒருவர் ஒரு கல்யாணத்தைப் பற்றிப் பேசப் புகுந்தால் மற்றவர்களும் தாங்கள் கலந்து கொண்ட கல்யாணங்களைப் பற்றியே பேசுவார்கள். இது மனிதர்களுக்கு இயல்பு. ஒவ்வோர் எண்ணமும் தொடர்ந்து வருவதால் இதை எண்ணத் தொடர்ச்சி *(Association of ideas)* என்று கூறுவார்கள்.

அருணகிரியார், சென்ற பாட்டில் பிரமனைப் பற்றிச் சொன்னார். 'முருகப் பெருமானை நம்பினவர்களுக்குப் பிறவித்துயர் இல்லை' என்பதைப் புலப்படுத்த, "பிரமன் என் தலையில் எழுத மாட்டான். எழுதினால் அவனுக்குத் தண்டனை கிடைக்கும்" என்ற கருத்துள்ள பாடலைப் பாடினார். மறுபடியும் பிரமனுடைய நினைவு அவருக்குத் தொடர்ந்து வந்தது. இந்தப் பாட்டிலும் பிரமனைப் பற்றிப் பேசுகின்றார். "இனிமேல் பிரமன் என்னைப் பிறப்பவர்களின் வரிசையில் எழுதுவது கிடக்கட்டும். இப்போதே ஒரு பிழையை எனக்குச் செய்திருக்கிறானே!" என்று சொல்வது போல இந்தப் பாட்டை அமைக்கிறார்.

பால் வாங்கிய கணவன்

ஓரிடத்தில் ஒரு வள்ளல், வந்தவர்களுக்கெல்லாம் பால் வழங்கிக் கொண்டிருக்கிறார் என்று ஒரு தாய் அறிந்தாள். அந்தத் தாய்க்கு நான்கு குழந்தைகள். அவள் ஏழை. ஆதலின்

இளம் குழந்தைக்கே பால் பற்றாமல் துன்புற்றாள். அவள் காதில் இந்தச் செய்தி விழுந்தவுடன் தன்னுடைய கணவனை அழைத்து அவரிடம் ஒரு பாத்திரத்தைக் கொடுத்து, "நீங்கள் போய்ப் பால் வாங்கி வாருங்கள்'' என்று சொன்னாள். அந்தப் பாத்திரம் சிறியதாக இருந்தது. 'இதற்கு மேலே கொடுக்கப் போகிறாரா?' என்ற எண்ணத்தினால் அதைக் கொடுத்து அனுப்பினாள். அவளுடைய கணவன் குறிப்பிட்ட இடத்தைத் தேடி அந்தச் செல்வரைக் கண்டான். அங்கே பலர் பாலை வாங்கிக் கொண்டிருந்தார்கள். எத்தனை கேட்டாலும் இல்லை என்னாமல் அந்தச் செல்வர் பாலைக் கொடுத்துக் கொண்டிருந்தார். முன்னே போனவர்கள் கூட்டம் கூட்டமாகப் பாலை வாங்கிக் கொண்டிருந்தார்கள். இவனோ கையில் ஒரு சின்னச் செம்பைக் கொண்டு போய் இருந் தான். அங்கே நிகழும் நிகழ்ச்சியைக் கண்டபோது, "அடடா! நம்முடைய மனைவி நம்மிடத்தும் ஒரு பெரிய குடத்தைக் கொடுத்து அனுப்பாமல் போனாளே! என்ன பைத்தியக்காரத் தனம்?" என்ற எண்ணம் உண்டாயிற்று."இந்தச் சிறிய செம்பு நிறையத்தானே வாங்கமுடியும்? பெரிய அண்டாவைக் கொண்டு வந்திருக்கலாம் போலே இருக்கிறதே" என்று அந்த மனிதன் எண்ணினான். அது போன்ற ஓர் எண்ணத்தை இந்தப் பாட்டில் அருணகிரியார் வெளியிடுகிறார்.

திருச்செங்கோடு

பலகாலமாகத் திருச்செங்கோட்டுப் பெருமான் பெருமையைக் காதால் கேட்டு உணர்ந்தவர் அவர். செங்கோடு என்பதற்குச் செங்குத்தான மலை என்று பொருள். கொங்கு நாட்டில் சேலம் மாவட்டத்தில் இருக்கிறது அது. அதைப்பற்றி ஓரளவு முன்பே தெரிந்து கொண்டிருக்கிறோம். அருணகிரிநாதப் பெருமான் அந்தத் தலத்தில் எழுந்தருளியிருக்கும் வடிவேற் பெருமானைப் பற்றிப் பலர் வாயிலாகக் கேட்டிருந்தார். அங்கே முருகப்பெருமான் தன் திருக்கரத்தில் வேலை ஏந்திய கோலத்தில் நிற்கிறான். பெரும்பாலான இடங்களில் முருகனுடைய திருவுருவத்தில் வேலைத் தனியே சாத்துவார்கள். ஆனால் அங்கே மூல

உருவத்திலேயே, திருக்கையில் வேலைப் பிடித்த கோலத்தில் ஆண்டவன் எழுந் தருளியிருக்கிறான். ஆகையால் செங்கோட்டு வேலன் என்ற வழக்கு இருக்கிறது. அந்தப் பெருமான் கண்கொள்ளாப் பேரழகன் என்பதைப் பலர் வாயிலாகக் கேட்டு, அங்கே போய் ஆண்டவனைத் தரிசிக்க வேண்டுமென்ற ஆவலை வளர்த்துக் கொண்டிருந்தார் அருணகிரியார்.

ஒருமுறை அங்கே போய்ச் சேர்ந்தார். ஒரு பொருளிடத்தில் எத்தனைக்கு எத்தனை ஆசை மிகுகிறதோ அத்தனைக்கு அத்தனை அதன் மதிப்பு அதிகமாகும். மெல்ல மெல்லச் செங்குத்தான மலையின்மேல் அவர் ஏறிவிட்டார்; உச்சியை அடைந்தார். ஆண்டவனுடைய திருச்சந்நிதிக்குப் போகும்போது அவருடைய ஆர்வம் மிகுந்து குவிந்திருந்தது. அவருடைய ஆர்வமும், இயற்கையான அன்பும், ஆண்டவனுடைய தோற்றமும் எல்லாம் சேர்ந்து கொள்ளவே, அவருடைய கண்ணுக்கு ஒரு பெரிய பசி உண்டாயிற்று. அதனால் எம்பெருமான் சோதி வடிவினனாகத் தோன்றினான். அந்தக் காட்சியைக் கண்டவுடனே அவருக்கு அதுகாறும் உண்டாகாத பேரானந்தம் உண்டாயிற்று. "இந்தப் பேரழகைக் காண்பதற்கு நமக்கு இரண்டு கண்கள் தாம் இருக்கின்றன? ஆயிரம் கண் இருந்தால் எவ்வளவு நன்றாகக் காணலாம்!" என்ற எண்ணம் உண்டாயிற்று. உடனே, "எனக்கு இந்த உடம்பைத் தந்தவன் நான்முகன் அல்லவா? அந்த நான்முகன் எனக்கு நாலாயிரம் கண் படைத்திருக்கலாமே; அவ்வாறு படைக்கவில்லையே!" என்று இரங்கினார்.

நாலாயிரம் கண் படைத்திலனே அந்த நான்முகனே!

என்று பாடினார்.

ஆலய தரிசனம்

இறைவனைத் தரிசனம் செய்ய விரும்புகிறவர்கள் அவனுடைய திருக் கோயிலுக்குச் சென்று, அவனுடைய உருவத்தைக் கண்டு வழிபடுகிறார்கள். கோயிலில் ஐந்து

இந்திரியங்களுக்குமுரிய அநுபவப் பொருள்கள் பல உண்டு. இறைவனுடைய திருக்கோலத்தைக் கண்டு, அவனுடைய புகழை அடியார்கள் பாடக் கேட்டு, அங்கே உள்ள தூபப் பொருள்களின் மணத்தையும் அபிடேகச் சந்தன மணத்தையும் நுகர்ந்து, நல்ல நெய்யிட்டுச் செய்த பிரசாதத்தை உண்டு, ஐம்பொறிகளுக்குமுரிய இன்பத்தை அநுபவிக்கலாம். இத்தனையும் ஆண்டவனுடைய வழிபாட்டின் பகுதிகளே. ஆனாலும் ஆண்டவனைத் தரிசித்து வந்தேன் என்று சொல்வதே வழக்கம். மற்ற இந்திரியங்களுக்குரிய நுகர்ச்சியைப் பெற்றாலும் பெறாவிட்டாலும் கண்ணால் காணும் காட்சி மிகவும் தலைமையானது. கோயிலுக்குச் செல்லாமலே பிரசாதத்தை வாங்கிச் சாப்பிடலாம். தூபப் பொருள்களை நுகரலாம். திருப் புகழைக் கேட்கலாம். ஆண்டவனைக் கண்ணால் காண வேண்டுமென்றால் திருக் கோயிலுக்குச் செல்லத்தான் வேண்டும். ஆண்டவனைத் திருக்கோயிலிலே கண்டு இன்புற்று வருவதுதான் மிகவும் முக்கியமானது. ஆலய வழிபாடு என்பது தரிசனத்தையே தலைமையாகக் கொண்டது.

கண்ணாற் காணுதல்

நம்முடைய உடம்பில் பத்துக் கருவிகள் இருக்கின்றன. செயல் செய்யும் கருவிகள் ஐந்தும், நுகர்ச்சிக்குரிய கருவிகள் ஐந்துமாகும். முன்னவற்றைக் கர்மேந்திரியங்கள் என்றும், பின்னவற்றை ஞானேந்திரியங்கள் என்றும் சொல்வார்கள். செயல் செய்யும் கருவிகளாகிய கை, கால், நாக்கு, எருவாய், கருவாய் என்னும் ஐந்தையும்விட அறிவுக் கருவிகளாகிய ஞானேந்திரியங்கள் சிறந்தவை. அவை கண்,காது,மூக்கு, நாக்கு,தோல் என்பன. இந்த ஐந்திலும் கண் தலைமையானது. "சர்வேந்திரியாணாம் நயனம் பிரதானம்" என்று சொல்வார்கள். மனிதனுக்குப் பிற இந்திரியங்கள் அவ்வளவு சிறப்பாக இருந்தாலும் இல்லாவிட்டாலும் கண் இல்லாவிட்டால் பயன் இல்லை.

"கண்ணிற் சிறந்த உறுப்பு இல்லை"

என்று பாடுவர் புலவர். திருக்குறளில்,

"கோளில் பொறியில் குணமிலவே எண்குணத்தான்
தாளை வணங்காத் தலை"

என்று வருகிறது. இறைவனை உடம்பினால் வழிபாடு செய்ய வேண்டுமென்ற கருத்தை அதில் வள்ளுவர் சொல்கிறார். அதற்கு உரை எழுத வந்த பரிமேலழகர், 'காணாத கண் முதலியன போல வணங்காத தலைகள் பயனில்வெனத் தலைமேல் வைத்துக் கூறினார்' என்று எழுதியுள்ளார். ஆதலின் பொறிகளுக்குள் சிறந்தது கண் என்றும் அதனால் இறைவனைக் காண்பதே பெரும்பயன் என்றும் தெரிய வருகிறது.

ஒருவனுடைய கண் அழகாக இருந்தால் அவனுடைய திருமேனிக்கே அழகு அமையும். பிறர் பார்க்க அழகாக இருக்கும் கண் வேறு. பிறரைப் பார்க்கும் ஆற்றலையுடைய கண் வேறு. இரண்டையும் படைத்திருந்தால் சிறப்பு உண்டாகும். கண்ணால் பார்க்கின்ற பொருள்களுக்குள்ள சிறப்பை எண்ணி அந்தப் பார்வைக்குச் சிறப்பு அமைகிறது. கண்வலி உடையவர்கள் பச்சையான பொருள்களைப் பார்க்க வேண்டுமென்று சொல்வார்கள். காணத் தகாத விபரீதமான காட்சியைக் கண்டவர்கள் உடனே பச்சை மரத்தைக் காணவேண்டுமென்று சொல்வது உண்டு. ஆகவே கண்களால் பார்ப்பதற்குச் சிறந்தவை என்று பல பொருள்கள் உண்டு. அவற்றுள் மிகச் சிறந்தது ஆண்டவனுடைய திருவுருவம். இறைவன் தனக்கென்று உருவமும், குணமும் இல்லாதவன். ஆனால் அவன் ஆருயிர்களைக் காப்பாற்ற வேண்டுமென்ற பெரும் கருணை உடையவன். அவர்களை எல்லாம் தீங்கு அகற்றி நல்ல நிலையில் வைக்க வேண்டுமென்ற கருணை அவனுக்கு இருக்கிறது. அவனோடு நாம் தொடர்பு வைத்துக் கொள்ள வேண்டுமானால் அவன் நம் கண்ணுக்குப் புலனாகாமல் அறிவுக்குப் புலனாகாமல் இருந்தால் இயலாது. ஆதலின் நமக்கு அருள் செய்ய வேண்டித் திவ்யமங்கள உருவம் படைத்து எழுந்தருளுகிறான். மிகச் சிறந்த

அன்பர்களுடைய உள்ளத்திலே தன்னுடைய திருவுருவத்தைத் தோற்றுவிக்கிறான். அருள் கண்ணால் பார்க்கின்ற அந்தப் பெரியவர்கள் தாம் கண்டவற்றை மற்றவர்களுக்குச் சொல்கிறார்கள்.

குறியும் குணமும்

ஆகமங்களும், சாத்திரங்களும் அந்தப் பெருமானுடைய திருவுருவத்தைச் சொல்கின்றன. அவற்றையெல்லாம் வைத்துக் கொண்டு இறைவனுடைய திருக்கோலங்களைக் கல்லாலும் செம்பாலும் செய்து வைத்துக் கோயிலில் பூசிக்கிறார்கள். மந்திரங்களால் அவற்றுக்குத் தெய்வத் தன்மையை ஏற்றுகிறார் கள். பலவகை வழிபாடுகளைச் செய்கிறார்கள். மூலமூர்த்தி யோடு பல்வேறு மூர்த்திகளையும் திருவிழாவுக்குரிய உற்சவ மூர்த்திகளாக அமைக்கிறார்கள். மனிதன் கண்ணுடையவனாக இருப்பதால் அந்தக் கண்ணால் காண்பதற்காக இத்தனை கோலங்களையும் அமைத்திருக்கிறார்கள். தனக்கென்று குணம் இல்லாத ஆண்டவன் மூன்று குணங்களின் வசப்பட்ட ஆத்மாக்களைக் காப்பாற்ற வேண்டி எட்டுக் குணங்களை உடையவனாக எழுந் தருளியிருக்கிறான். கூட்டில் அடைபட்டிருக்கிற கிளியைக் காப்பாற்ற மற்றொரு கிளி கூட்டிலே அடைபட்டு வருவது போல, முக்குணங்களினாலான கூண்டில் அடைபட்டிருக்கிற நம்மை உய்விக்க ஆண்டவன் எண்குண பஞ்சரத்துள் அடைபட்டவனைப் போல வருகிறான்.

"என்குண பஞ்சரனே"

என்று கந்தர் அநுபூதியில் பாடுவார்.

படமும் மங்கையும்

ஒரு பையன் திருநெல்வேலியில் இருக்கிறான். அவனுக்குக் கல்கத்தாவில் இருக்கிற பெண்ணைத் திருமணம் செய்து வைக்க வேண்டுமென்று பெரியவர்கள் முயற்சி செய்கிறார்கள். கல்கத்தாவிற்குச் சென்று பெண்ணைப்

பார்ப்பதற்கு ஓய்வு கிடைக்கவில்லை. ஆகையால் முதலில் பெண்ணைப் பெற்றவர்கள் அந்தப் பெண்ணின் படத்தை அவனுக்கு அனுப்புகிறார்கள். அந்தப் படத்தைக் கண்டு அவள் குட்டையும் அல்ல, நெட்டையும் அல்ல; நடு உயரம்; மூக்கும், விழியும் எடுப்பாக இருக்கின்றன என்று தெரிந்து கொண்டு, ஓரளவு மனத்தில் விருப்பத்தைக் கொள்வான். அதனை அடுத்து அந்தப் பெண்ணைத் தானே நேரில் போய்ப் பார்க்க வேண்டுமென்று ஆசைப்படுகிற நிலை வரும். படத்தைப் பார்க்கிறபோது அந்தப் பையனுக்குப் பெண்ணின் உருவம் ஒருவாறு உள்ளத்தில் பதிகிறது. அப்படிப் பதிந்தாலும் பெண் ணின் உருவம் உள்ளது உள்ளபடியே பதிவது இல்லை. ஆனாலும் அது அவன் உள்ளத்தில் காதலை விளையச் செய்கிறது. ஆகவே பெண்ணை நேரில் பாராவிட்டாலும் அவளுடைய படத்திற்கும் ஒரு பயன் இருக்கிறது. அதுவே முடிந்த பயன் அல்லா விட்டாலும் தொடக்கத்தில் அது பயனுள்ளதாகவே இருக்கிறது. மூலப் பொருளாகிய பெண்ணைக் காண்பதற்கு அடையாளப் பொருளாகப் படம் உதவுகிறது.

விக்கிரகங்கள்

அதுபோல் சோதிமயமாக இருக்கும் ஆண்டவனுடைய திரு வுருவத்தை அகக் கண்ணினாலே பார்ப்பதற்குமுன் திருக்கோயில்களில் உள்ள திருவுருவத்தைக் கண்டால் சிறிதே உள்ளத்தில் பக்தி எழுகிறது. அந்தப் பக்தி வளர வளர, அகக் கண்ணில் தியானம் செய்யத் தொடங்குகிறான். அது வளர்ந்தால் இறைவனை உண்முகக் காட்சியில் பார்க்கிற நிலை உண்டாகும். கோயிலில் காணும் திருவுருவத்தைப் புறக் கண்ணால் கண்டதோடு நிற்காமல் அகக் கண்ணில் வைத்துத் தியானம் செய்து பழக வேண்டும். அதுதான் அநுபவம் வளர்வதற்குரிய வழி. மன ஒருமைப்பாட்டோடு புறத்தில் கண்ட உருவத்தை மெல்ல மெல்லத் தியானம் செய்தால் அதுவே சோதி வடிவமாகக் காணுகின்ற இன்ப அநுபவத்தைப் பெறுவ தற்குத் துணையாக இருக்கும். இந்தத் தியானத்தைப் பெரியவர் கள் பழகுவதனால், அவர்களுக்கு

ஆண்டவன் உருவம் உடைய வனாக இருப்பதால் உண்டாகிற பலன் நன்றாகத் தெரிகிறது.

பேரழகன்

முருகப்பெருமான் அழகே திருவுருவமாக அமைந்திருக்கிற வன். கண்ணைக் கவ்வும் பேரழகன். கண்வழியாகக் கருத்தைக் கொள்ளை கொள்ளும் மோகன சொரூபன். சூரபன்மன்கூட அவனுடைய திருவுருவத்தைக் கண்டு,

"ஆயிரம் கோடி காமர் அழகெலாந் திரண்டொன் றாகி
மேயின எனினுஞ் செவ்வேள் விமலமாஞ் சரணந் தன்னில்
தூயநல் லெழிலுக் காற்றா தென்றிடின் இனைய தொல்லோன்
மாயிரு வடிவிற் கெல்லாம் உவமையார் வகுக்க வல்லார்"

என்று வியந்து கூறியதாகக் கந்தபுராணம் கூறுகிறது.

அத்தகைய பெருமானுடைய திருக்கோலத்தைக் கோயில்களில் அலங்கரித்துப் பார்க்கும்போது நம்மை அறியாமல் பக்தி விளைகிறது. அருணகிரிநாதப் பெருமான் பெரும் காதலுடன் திருச்செங்கோட்டு முருகனுடைய அழகுத் திருக்கோலத்தைக் கண்டார். கண்டவுடன் அவருக்கு எல்லையில்லாத ஆனந்தம் உண்டாயிற்று.

உணர்ச்சியும் இன்பமும்

ஒரு பெண்ணுக்குக் காதலன் கடிதம் எழுதுகிறான். அந்தக் கடிதத்தை அவள் காணும்போது அடைகிற உணர்ச்சி வேறு. அதையே வெறும் காகிதமாகக் கடைக்காரன் வாங்கிச் செல்கிற போது அவன் அதைக் காணுகிற நிலை வேறு. இரண்டு பேருக்கும் காகிதமும், எழுத்தும் ஒன்று. ஆனாலும் எழுத்தை எழுதினவனுடைய நினைவும், அவன்பால் அவள் கொண்ட அன்பும் அந்தப் பெண்ணுக்குக் காதல் உணர்ச்சியை மிகுதிப்படுத்துகின்றன. அப்பர் சுவாமிகள் நடராசப் பெருமானைக் கண்டு,

**"குனித்த புருவமும் கொவ்வைச்செவ் வாயில் குமிண்சிரிப்பும்
பனித்த சடையும் பவளம்போல் மேனியில் பால்வெண்ணீறும்
இனித்த முடைய எடுத்தபொற் பாதமும் காணப்பெற்றால்
மனித்தப் பிறவியும் வேண்டுவ தேஇந்த மாநிலத்தே."**

என்ற அற்புதமான பாடலைப் பாடினார். நாமும் அதே நடராசப் பெருமானைக் காண்கிறோம். ஆனாலும் நமக்கு அத்தகைய உணர்ச்சி உண்டாவதில்லை. அந்தப் பெருமானிடத்தில் உள்ள காதல் முதிர்ச்சி அடையவில்லை. அவனது திருவுருவத்தைக் கண்ணால் காணும்போது நம்முடைய உள்ளத்தில் ஆர்வமும், பக்தியும் நிறைந்திருக்கவில்லை என்பதுதான் காரணம்.

வெடி மருந்தைக் கெட்டித்திருக்கிற குழாயில் ஒரு திரி இருக்கும். அந்தத் திரியில் நெருப்பை வைத்துவிட்டால் உடனே காது செவிடுபடும்படி வெடிக்கும். வெடிக்க வேண்டுமானால் அந்தக் குழாயில் வெடி மருந்தைக் கெட்டித்திருக்க வேண்டும். பின்பு வெளியே நீட்டிக் கொண்டிருக்கும் திரியில் தீ வைக்க வேண்டும். மருந்து அடைத்திருந்தாலும் தீ வைக்காவிட்டால் வெடிக்காது. தீயும் அவசியம்; வெடிமருந்தும் அவசியம். தீப்போல இருப்பதுதான் ஆண்டவனுடைய திருக்கோலம். வெடி மருந்து பக்தர்களுடைய நிலை. நம்மிடத்தில் பக்தி என்ற வெடி மருந்து இருந்தால்தான் ஆண்டவன் தரிசனம் ஆனந்த உணர்ச்சியை உண்டாக்கும். அது இல்லாதபோது நம்முடைய மனம் கட்டை யாக, கல்லாய் இருக்கும்.

மணிவாசகர் அப்படியே சொல்கிறார். "உன்னுடைய திரு வருளால் நான் பெற்ற அநுபவம் பல. உன்னுடைய அருளைப் பெறாமல் வாடுகின்றவர்கள் பலர்; பலபடியாகத் தவம் செய்து கொண்டு வாடுகிறார்கள். அப்படி இருக்கும் நீ எனக்கு எளியவனாக வந்து அருள் செய்தாய். உன்னுடைய அருளைப் பெறுவதற்கு முன்பாக நான் நைந்து உருகி இருக்க வேண்டும். அப்படிச் செய்யவில்லை. உன் திருவருளைப் பெற்ற பிறகும், அந்த அருள் எளிதில் கிடைப்பதன்று என்று உணர்ந்த பிறகும்,

நான் உருகாமல் இருக்கிறேன். உடம்பெல்லாம் கண்ணாக, அடிமுதல் தலை வரையிலும் நெஞ்சாக இருந்து உருகிக் கண்ணீர்விட வேண்டும். அப்படி இல்லாமல் இப்போதுள்ள ஒரு நெஞ்சமும் கல்லாக இருக்கிறது. இரண்டு கண்ணும் மரமாக இருக்கின்றன" என்று புலம்புகிறார்.

"வெள்ளம்தாழ் விரிசடையாய் விடையாய் விண்ணோர்
பெருமானே எனக்கேட்டு வேட்ட நெஞ்சாய்
பள்ளம்தாழ் உறுபுனலில் கீழ்மே லாகப்
பதைத்துருகும் அவர்நிற்க என்னை ஆண்டாய்க்கு
உள்ளந்தாள் நின்றுஉச்சி அளவும் நெஞ்சாய்
உருகாதால் உடம்பு எல்லாம் கண்ணாய் அண்ணா
வெள்ளந்தான் பாயாதால்; நெஞ்சம் கல்ஆம்;
கண்இணையும் மரம்ஆம்தீ வினையி னேற்கே."

ஆகவே, நமக்குக் கண் இருந்தாலும், கருத்திருந்தாலும், ஆண்டவனது அழகுத் திருக்கோலம் கண்டிருந்தாலும் நம்முடைய உள்ளத்தில் பக்தி நிறைவு இருக்க வேண்டும். அது இல்லாத வரையில் ஆண்டவன் நேரே வந்து நின்றாலும் நாம் கண்ணெடுத் தும் பார்க்க மாட்டோம்; கை குவித்து நின்று உருக மாட்டோம்.

அருணகிரிநாதப் பெருமானுக்குத் திருச்செங்கோட்டுக்குப் போய்த் தரிசனம் செய்யும்போது உள்ளம் நன்றாகக் கெட்டித்த வெடி மருந்துக் குழாய் போல இருந்தது. திரியில் நெருப்பு வைப்பது போல அவருடைய கண்கள் அழகுத் திருக்கோலத்தைப் பார்த்தன. உடனே அவர் உள்ளத்தில் ஆனந்தம் பொங்கியது. அப்போது பாடிய பாட்டுத்தான் இது. அந்த ஆனந்தத்தில் அவர் சிறிது குறையைக் கண்டார். அது குறையன்று. அவருடைய உணர்ச்சி அந்தக் குறையைச் சொல்லும் வகையினால் புலனாகிறது.

கண் போதாமை

கம்பராமாயணத்தில் இப்படி ஓர் இடம் வருகிறது. சீதா. பிராட்டியின் அழகைக் கம்பர் வருணிக்கிறார். அவளைக் கண்டவர்கள் கண்ணை வாங்காமல் பார்த்துக் கொண்டே இருந்தார்களாம். அந்தக் காட்சிக்குக் கரை காணாமல் திணறினார்களாம். இரண்டு கண்ணுடைய மக்கள் அவளுடைய பேரழகைக் கண்ட போது, "ஐயோ, இடையிடையே கண்ணை இமைத்து அல்லவா காணவேண்டியிருக்கிறது? நமக்கு இமையா நாட்டம் இல்லையே" என்று வருந்தினார்களாம். இமையாத கண்ணைப் பெற்றவர் களாகிய தேவர்களாவது சீதையைப் பார்த்துத் திருப்தி அடைந் தார்களா? அவர்களுக்கும் ஒரு குறை இருந்தது. அவர்கள் தம்முடைய இமையா நாட்டத்தை உடைய கண்ணால் சீதையைக் கண்டார்கள் என்பது உண்மை. ஆனால், "இந்தப் பேரழகைக் காண்பதற்கு நமக்கு ஆயிரம் கண் இல்லையே!" என்று ஒரு குறையைச் சொல்லிக் கொண்டார்களாம். இரண்டு வகையினரும் தம் குறையை உணரச் செய்தது அந்தப் பேரழகு.

***''உமையா ளொக்கும் மங்கையர் உச்சிக் கரம்வைக்கும்
கமையாள் மேனி கண்டவர் காட்சிக் கரைகாணார்
இமையா நாட்டம் பெற்றில மென்றார் இருகண்ணால்
அமையா தென்றார் அந்தர வானத் தவரெல்லாம்."***

அப்படியே இங்கே அருணகிரியார்,

நாலாயிரம் கண் படைத்திலனே அந்த நான்முகனே

என்று சொன்னார். எதற்காக நாலாயிரம் கண்கள் வேண்டும்? தாம் பார்க்கும் பொருளின் பெருமைகளை அடுக்குகிறார். "இவ்வளவு சிறந்த பொருளைக் காண்பதற்கு எனக்கு வாய்ப்பு இருந்தது. நான் கண்டேன். ஆனால் அங்கே என்னிடத்தில இருந்த கருவி சிறியது என்பதைக் கண்டு கொண்டு வருந்தினேன்" என்பது போலச் சொல்கிறார். சிறிய செம்பைக் கொண்டு போன கணவன் பெரிய அண்டாவைத் தன் மனைவி

கொடுத்து அனுப்பாது போனாளே என்று இரங்கினானே, அது போல இருக்கிறது அல்லவா? இனி, செங்கோட்டுப் பெருமானை அவர் எப்படிச் சொல்கிறார் என்று பார்க்கலாம்.

மாலோன் மருகன்

செங்கோடன் பேரழகு உடையவன். அவனுக்கு எத்தனையோ பெருமை இருக்கிறது. இருந்தும் எடுத்தவுடன்,

மாலோன் மருகனை

என்று தொடங்குகிறார் அருணகிரியார். மக்களில் அழகு நிரம்பி யவர்கள் இருக்கிறார்கள். இயற்கையாக அழகு உடையவர்கள் ஆடையும் அணியும் புனைந்து கொண்டால் பின்னும் அழகாகத் தோற்றுவார்கள். எவ்வளவு அழகு உடையவர்களாக இருந்தாலும் தங்களை அலங்கரித்துக் கொள்ள வேண்டுமென்ற ஆசை யாரையும் விடுவது இல்லை. அழகுமிக்க பெண்கள் தாம் மேலும் மேலும் பல பண்டங்களால் அழகை மிகுதிப்படுத்திக் கொள்ள வேண்டுமென்ற ஆசையைப் பெற்றிருக்கிறார்கள். இந்த நவீன நாகரிக காலத்தில் எங்கே பார்த்தாலும் அழகு செய்யும் கருவிகள் மலிந்திருக்கின்றன.

ஒரு மனிதன் தன்னைப் பல்வேறு சமயங்களில் பல்வேறு வகையில் அலங்கரித்துக் கொள்வான். அவனுடைய அலங்காரத்தில் மிகவும் சிறந்தது அவன் திருமணக் கோலத்தில் இருக்கும் போது அமைகிறது. ஒருவன் அலங்காரம் செய்து கொண்டிருந்தால், "மாப்பிள்ளை மாதிரி இருக்கிறது" என்று சொல்வது உலக வழக்கம். திருமணக் கோலத்தில் மாப்பிள்ளையாக இருக்கும் போது இயற்கை அழகும், செயற்கை அழகும் பொருந்தி விளங்குவது ஆண்மகன் இயல்பு.

முருகன் பேரழகன் என்பதைச் சொல்ல வருகிறார் அருணகிரியார். அவன் மாப்பிள்ளைத் துரை என்று சொல்கிறார். யாருக்கு மாப்பிள்ளை? அழகுக்குச் சிறந்த

பெருமானாகிய திருமாலின் மாப்பிள்ளை அவன். திருமாலும், திருமகளும் அழகுத் திருவுருவங்கள். அழகான மாமனாருக்கும், அழகான மாமியாருக்கும் மாப்பிள்ளையாக வந்தவன் முருகன். மாப்பிள்ளைக்கும், பிள்ளைக்கும் ஒரு வேறுபாடு உண்டு. தகப்பன் அழகாக இருந் தால் பிள்ளையும் அழகாகத்தான் இருக்க வேண்டுமென்ற வரையறை இல்லை. இயற்கையிலே அமைவது உரு; ஆகையால் அழகான பிள்ளையைத்தான் பெறவேண்டுமென்று நினைத்துப் பெற முடியாது. ஆனால் பெண்ணைப் பெற்றவர்கள் தம்முடைய முயற்சியினால் அழகான மாப்பிள்ளையைத் தேடிக்கொள்ளலாம். ஆகவே அழகான மாமியாரும், அழகான மாமனாருமாகிய திருமகளும் திருமாலும் தம்முடைய அழகான குழந்தைகளான தேவசேனைக்கும், வள்ளிக்கும் அழகான மாப்பிள்ளையாகிய ஒருத்தனைத் தேடிக் கொண்டார்கள். அவன்தான் முருகன். அவன் உரிமையுள்ள மாப்பிள்ளை, திருமாலுக்கு மருகன். உரிமையும், அழகுப் பெருமையும் உடைய மாப்பிள்ளை என்பதை,

மாலோன் மருகனை

என்பதனால் நினைவூட்டுகிறார் அருணகிரியார். அழகான மாமனாருக்கு மருமகப் பிள்ளையாக இருக்கிற அழகன் திருச்செங்கோட்டில் இருக்கிறான். அவன் கண்ணாலே காண்பதற்குரிய திருக்கோலம் படைத்திருக்கிறான் என்பதைச் சொல்ல வருகிறார். ஆகையால் இங்கே சூரசங்காரம் செய்த பெருமான் என்றோ; ஞான பண்டிதசாமி என்றோ சொல்லவில்லை. அவன் அழகன் என்பதைத் தெரிந்து கொள்ளக்கூடிய வகையில் வருணனை செய்யத் தொடங்கினார்.

மன்றாடி மைந்தன்

இனி அடுத்தபடி சிவபெருமானுடைய பிள்ளை என்று சொல்ல வருகிறார். பல இடங்களில் சிவபெருமானுடைய

மைந்தன் முருகன் என்பதைப் புலப்படுத்தியிருக்கிறார். முதல் பாட்டிலேயே,

**"செஞ் சடாடவிமேல்
ஆற்றைப் பணியை இதழியைத் தும்பையை அம்புலியின்
கீற்றைப் புனைந்த பெருமான் குமாரன்."**

என்றார். அப்படிச் சொல்லும்போதெல்லாம் ஏதாவது குறிப்பை வைத்தே சிவபெருமானை அவர் வருணிப்பார். இங்கே முருகன் கண்ணுக்கு அடங்காத பேரழகன் என்பதை வற்புறுத்த வருகிறவர், அதற்கு ஏற்ற வகையில் அவன் திருமாலுக்கு மாப்பிள்ளைத் துரை என்று தொடங்கினவர், சிவபெருமானுடைய பிள்ளை என்பதை,

மன்றாடி மைந்தனை

என்று சொல்கிறார். நடராசப் பெருமானுக்குக் குழந்தை என்று இங்கே சொல்வதற்கு என்ன காரணம்? நடராசப் பெருமான் கூத்தாடும் பெருமான். எல்லாக் கலைகளும் சேர்ந்த கலை நடனக் கலை. நடனம் செய்கிறவர்கள் தம்மை அழகுபெற அலங்கரித்துக் கொண்டிருப்பார்கள். கலைச் செல்வர்களிடத்தில் அழகு நிரம்பியிருப்பதை இன்றும் நாம் பார்க்கிறோம். இயற்கை அழகு நிரம்பிய மாமியார் மாமனாருக்கு மாப்பிள்ளையாக இருக்கிற முருகனை, பல அலங்காரங்கள் செய்து கொண்டிருக்கிற கலைச் செல்வருக்குப் பிள்ளை என்று சொல்வதனால் அவனுடைய அழகுப் பெருமை பின்னும் நிரம்புகிறது.

மேலான தேவன்

இப்படியுள்ள பெருமான் மிகச் சிறந்தவன் என்பதை அடுத்த படி சொல்ல வருகிறார். அவன் தேவர்களுக்குள் ஒரு தேவன் அல்ல.

வானவர்க்கும் மேலான தேவனை.

சைவம், வைஷ்ணவம் என்ற இரண்டு சமயத்தினரும் முருகனைக் கொண்டாடுவதற்கு உரிமை இருக்கிறது. வைஷ்ணவர்கள் தங்கள் வீட்டு மாப்பிள்ளை என்று கொண்டாடலாம். சைவர்கள் தங்கள் வீட்டுப் பிள்ளை என்று கொண்டாடலாம். வானவர்களுக்கோ அந்த இரண்டு மூர்த்திகளும் தலைவர்கள். ஆகையால் இரண்டு வீட்டுக்கும் உரிமை உடைய பெருமானை, எங்கள் அனைவருக்கும் மேலான தலைவனாக இருக்கிறவன்' என்று வானவர்கள் கொண்டாடுகிறார்கள். ஆகையால் வானவர்களுக்கும் மேலான தேவன் என்று சொன்னார். சிவபெருமானுக்கு மகாதேவன் என்று ஒரு பெயர்.

"தேவர்கோ அறியாத தேவ தேவன்"

என்று மணிவாசகர் பாடுகிறார். அவன் தேவர்களில் ஒருவனாக வைத்து எண்ணப்படுபவன் அல்லன். அவர்களால் அறியப்படாமல், அவர்களுக்கு மேலே அவர்களுடைய தலைவனே அறிய முடியாதவனாம். முருகனும் அத்தகையவனே.

அவர்களுடைய சேனைத் தலைவனாக, அவர்களில் ஒருவனாக, ஆண்டவன் இருந்தான். அந்தக் கதையைக் கொண்டு யாராவது முருகன் தேவர்களுக்குள் ஒருவன் என்று எண்ணிவிட்டால் என்ன செய்வது என்ற நினைப்பினால், 'அவனை வானவர் களுக்கும் மேலான தேவன்' என்று இங்கே சொன்னார்.

மெய்ஞ்ஞான தெய்வம்

ஆண்டவன் அழகுத் தெய்வம். அழகு பொருந்தியவர் களோடு உறவு உடைய தெய்வம். தேசு பொருந்திய திருமேனி படைத்த தேவர்களுக்குத் தலைவன் என்று சொன்ன பிறகு,

மெய்ஞ்ஞான தெய்வத்தை

என்று சொல்கிறார். வெறும் புறக்கோலம் மாத்திரம் இருந்தால் சிறப்பு அமையாது. ஆண்டவன் ஞான சொரூபமாக இருக்கிறவன். தன் புறக்கோலத்தைக் கண்டு இன்புறுகிறவர்களுக்கு அகத்து ஒளியாகிய ஞானம் புலனாகும்படி செய்கிறவன் முருகன். ஞானத்தில் பலவகை உண்டு. பொதுவாக அறிவு என்று சொல்வதையே ஞானம் என்று சொல்வார்கள். பாஷா ஞானம் என்று சொல்கிறோம்; சங்கீத ஞானம் என்று சொல்கிறோம். இவை எல்லாம் உலகத்தோடு பொருந்திய கல்வியறிவு. இந்த ஞானங்கள் எல்லாம் நிலையாக நிற்பது இல்லை. ஆன்ம அநுபவத்திற்கு உதவும் ஞானம் எதுவோ அதுதான் மெய்ஞ்ஞானம். அதனை மெய்யறிவு என்று சொல்வார்கள். இந்த அறிவே வடிவமாக, மெய்ஞ்ஞானம் தரும் வள்ளலாக விளங்குகிறவன் முருகன். ஆதலின் அவனிடம் புற அழகோடு அக அழகும் சிறந்து நிற்கின்றது. அவனுடைய புற அழகைக் கண்டார்களுக்கு மோகம் பிறவாது; ஞானம் உண்டாகும். ஆதலின் முன்னே அவனுடைய அழகின் பெருமையைச் சொன்னவர், அதன் விளைவாக வரும் ஞானத்தை இங்கே சொல்கிறார். இவ்வளவும் சொன்ன பிறகு முருகனுடைய பெருமை தெரிகிறது. அதோடு அவனுடைய அருமையும் தெரிகிறது.

மேதினியில்

திருமால் மிகப் பெரியவர். வைகுண்டத்தில் இருப்பவர். சிவபெருமானோ கைலாயத்தில் இருப்பவர். அந்த இரண்டு பேரும் மிகவும் எளியவர்களாக வருபவர்கள் அல்ல. அவர் களுக்கு உறவினன் முருகன். தேவர்கள் நம்மைக் காட்டிலும் பெரியவர்கள். மேலுலகத்தில் இருப்பவர்கள். அவர்களுக்கு எல்லாம் மேலானவனாக உயர்ந்த நிலையில் இருப்பவன் அவன். அப்படியாயின், அவ்வளவு உயர்ந்த நிலையில் இருப்பவனுக்கும் நமக்கும் என்ன தொடர்பு? அவகணமுடியுமா? இப்போது சொன்னவற்றோடு நிறுத்திவிட்டால் இத்தகைய ஐயங்கள் நிகழும். அதைப் போக்கத் தொடங்குகிறார் அருண கிரியார். அவன் திருச்செங்கோட்டில் வந்து எழுந்தருளியிருக்கிறான்.

கிடைத்தற்கரிய ஒரு பொருள் - மிக மிகச் சிறந்த பொருள் - நாம் சென்று அடைவதற்குரிய ஓர் இடத்தில் இருக்கிற தென்றால் யார்தாம் அதைப் பெற முயற்சி செய்ய மாட்டார்கள்?

இந்த அரிய பெரும்பொருள் நாம் வாழும் உலகத்தில், நாம் அடையாளம் கண்டுகொள்ளும் ஊரில் இருக்கிறது. அந்த அடையாளத்தைப் பின்னே சொல்கிறார். முதலில்,

மேதினியில்

என்கிறார்.நாம் வாழ்கிற இதே பூமியில்தான் இவ்வளவு பேரழகுடைய பெருமான் எழுந்தருளியிருக்கிறான் என்று தொடங்குகிறார்.

அடையாளம்

திருச்செங்கோட்டை அடையாளத்தோடு சொல்கிறார்.

சேலார் வயற்பொழில் செங்கோடனை.

அந்த ஊருக்குள் போகும்போது அவனுடைய அருளினால் எங்கும் பச்சைப் பசேல் என்று வயல்கள் பரந்திருப்பதைக் காணலாம். இது அருணகிரியார் கண்ட திருச்செங்கோடு. வயல் வளம் உண்டாவதற்குக் காரணம் நீர்வளம் நிரம்பியிருந்ததுதான். அங்கே சேல் மீன்கள் உலாவுகின்றன. பொழில்களும் அங்கங்கே இலங்குகின்றன.

சேலார் வயற்பொழில்

சேல் மீன்கள் நிறைந்திருக்கிற வயல்களும் பொழில்களும் நீர் வளத்தையும் மக்களுடைய நீர்மை வளத்தையும் காட்டுகின்றன. அங்கே உள்ளவர்கள் வயல்களில் உள்ள மீன்களைக் கண்டு இன்புறுகிறார்களேயன்றி உண்டு துன்புறுத்த மாட்டார்கள். ஆதலின் வயல்களில் சேல்கள் நிரம்பியிருக்கின்றன. அகத்து நீர்மையும் புறத்து நீரும் பொருந்திய அந்த ஊரில் மலையின் மேலே செங்கோட்டு

வேலன் எழுந்தருளியிருக்கிறான். எங்கோ இருக்கிறவன் நமக்கு அருள் செய்வதற்கு, நாம் காலால் நடந்து சென்று அடைவதற்குரிய ஊரில், கண்ணாலே காணுகின்ற நிலையில், கையால் தொழுகின்ற திருக்கோயிலில் எழுந்தருளி யிருக்கிறான். இந்த வாய்ப்பு நமக்குக் கிடைத்திருக்கும்போது நாம் அங்கே போகவேண்டாமா? இத்தகைய எண்ணம் வரவே அருணகிரியார்,

சென்று கண்டு தொழ

என்கிறார்.

காணும் காட்சி

இங்கே செல்வதும், காண்பதும், தொழுதலும் ஆகிய செயல் களைச் சொல்கிறார். செல்வதற்குரியன கால்கள். காண்பதற் குரியன கண்கள். தொழுவதற்குரியன கைகள். திருச்செங்கோடு சென்று, மலையின் மேலே ஏறி, திருக்கோலத்தைக் கண்டு, கை கூப்பித் தொழ வேண்டும், அப்படித் தொழும்போது தமக்குள்ள குறை இன்னது என்று தெரிந்துகொண்டு வருந்துகிறார் அருண கிரியார்.

சென்று கண்டு தொழ
நாலாயிரம் கண் படைத்திலனே!

செல்வதற்கு நாலாயிரம் கால்களும், காண்பதற்கு நாலாயிரம் கண்களும், தொழுவதற்கு நாலாயிரம் கைகளும் பிரமன் படைக்கவில்லையே என்று சொல்லியிருக்கலாம். ஆனால் இங்கே ஆண்டவனைக் காண்பது தலைமையான செயல். அது மாத்திரம் அன்று. கால் உடையவன் நடந்து செல்கிறான். நடந்து செல்வதற்கு உறுதுணையாகக் கண் பார்க்க வேண்டும். ஆகவே வழி தெரிந்து நடப்பதற்குக் கால் மாத்திரம் இருந்தால் போதாது; கண்ணும் வேண்டும். இறைவனைத் தரிசனம் செய்து கையினாலே தொழ வேண்டுமானாலும் அதற்கும் கண் வேண்டும். நடத்தல், காணுதல், தொழுதல் ஆகிய மூன்று

காரியங்களுக்கும் கண்கள் இன்றியமையாதன. ஆதலின் அவற்றை வற்புறுத்தினார்.

மேதினியில் நாம் சென்று அடையும் எல்லையில் இருக்கும் திருச்செங்கோட்டுக்குப் போக இரண்டு கால்கள் போதும். இரண்டு கால்களால் நடக்கும் அளவுக்குள் அகப்பட்டவை அத்தலமும் மலையும். இறைவனைத் தொழும்போது, எனக்கு வேறு செயலில்லை என்பதற்கு அடையாளமாக இரண்டு கைகளையும் குவிக்கிறோம். அந்த இரண்டுமே செயலின்றிக் குவியும்போது வேறு கைகள் எதற்கு? ஆனால் முருகனுடைய அழகோ காணக் காண விரிவது; எல்லை காண ஒண்ணாதது.

"அண்ணலார் குமரன் மேனி அடிமுதல் முடியின் காறும் எண்ணிலா ஊழி காலம் எத்திறம் நோக்கி னாலும் கண்ணினால் அடங்காது"

என்பது கந்தபுராணம். ஆகவேதான், "நாலாயிரம் கண் படைத் திலனே' என்று கண்ணை மாத்திரம் சொன்னார்.

நாலாயிரம் கண்கள்

பொதுவாக எதைப்பற்றிச் சொன்னாலும் ஆயிரம் என்று சொல்வது வழக்கு. அவ்வாறு இங்கே ஆயிரம் கண் படைத் திலனே என்று சொல்லியிருக்கலாம். ஆனால்,

நாலாயிரம் கண் படைத்திலனே

என்று சொல்கிறார் அருணகிரியார். அதற்கு என்ன பொருத்தம் என்பதைப் பார்க்கலாம். கண்களைப் படைகிறவன் பிரமன்.

அவனை, நான்முகன் என்று சொல்கிறார் அருணகிரியார். 'இவர் திருச் செங்கோட்டுக்குச் செல்வார். அங்கே முருகப்பெருமானைக் காண்பார். அவன் பேரழகில் ஈடுபடுவார். அப்போது இவர் முகத்தில் ஆயிரம் கண்கள் இருந்தால் நன்றாக இருக்கும், என்று முன்பே எண்ணிப் பிரமன் படைத்திருக்கலாம். இந்த எண்ணத்துடன் அவன்

விரிவாகப் படைக்கப் புகுந்தால் ஒவ்வொரு முகமும் அதற்கேற்ற இரண்டு கண்களும் வேலை செய்யத் தொடங்கும். ஒவ்வொரு முகப் பக்கமும் ஆயிரம் கண்களைப் படைத்தால் நான்முகங்களினாலும் விரைவாகப் படைக்கின்ற அவன் நாலாயிரம் கண்களைப் படைத்திருக்கலாமே என்ற நினைவோடு சொல்கிறார். ஒரு முகம் இரண்டு கைகளோடு அவன் படைப்பதாக இருந்தால் ஆயிரம் கண் வைக்க முடியும்; நான்கு முகத்தையும், எட்டுக் கரங்களையும் கொண்டு விரைவாக அவன் படைக்கப் புகுந்தால் நான்கு பக்கத்திற்கும் நாலாயிரம் கண் படைத்திருக்கலாம் என்ற எண்ணத்தோடு அவர் பேசுகிறார் என்று தோன்றுகிறது. 'நான்கு முகம் உடையவன் ஆதலின் நாலாயிரம் கண் படைத்திருக் கலாமே' என்ற எண்ணம் எழுந்தது என்பது,

நாலாயிரம் கண் படைத்திலனே அந்த நான்முகனே

என்று பிரமனை முகத்தின் எண்ணிக்கை கொண்டு சுட்டுவதால் தெரிய வருகிறது.

பேரழகை உடைய ஆண்டவன், தேவர்களுக்குத் தலைவன், மேலானவனாகிய முருகன், சிவபெருமானுக்கு மைந்தன், மெய்ஞ் ஞான தெய்வம் ஆகிய அவன் மிகப் பெரியவனாக இருந்தாலும் அவன் அகத்தும் புறத்தும் ஈரம் மிக்க திருச்செங்கோட்டில் எழுந்தருளியிருக்கிறான். அவன் இயற்கையாக உள்ள இடத்திற்குச் சென்று கண்டு தொழுவது நமக்கு அரிதாகையினால் அவன் நம்மை நோக்கி இந்த மேதினிக்கே வந்திருக்கிறான். ஆனாலும் ஓரளவு முயற்சி செய்தால்தான் பெறுகின்ற பொருளின் பெருமை யும் மதிப்பும் தெரியும். அவன் இயல்பாக இருக்கும் இடத் திற்குச் சென்று காண்பதற்கு நமக்கு ஆற்றல் இல்லாவிட்டாலும், அவன் பாளையம் இறங்கிய இடத்திலாவது சென்று காணலாம். அதற்குரிய முயற்சி நமக்கு வேண்டும். அந்த முயற்சிக்கு ஏற்ற கருவிகள் நம்மிடத்தில் இருக்கின்றன. அவன் உள்ள தலத்திற்குச் செல்வதற்குக் காலும், அவன் திருக்கோலத்தைக் காண்பதற்குக் கண்களும், தொழுவதற்குக்

கையும் இருக்கின்றன என்ற எண்ணங்கள் இந்தப் பாட்டினால் நமக்கு உண்டாகின்றன.

***மாலோன் மருகனை மன்றாடி
மைந்தனை வானவர்க்கு
மேலான தேவனை மெய்ஞ்ஞான
தெய்வத்தை மேதினியில்
சேல்ஆர் வயற்பொழிற் செங்கோ
டனைச்சென்று கண்டுதொழ
நாலா யிரம்கண் படைத்தில
னே அந்த நான்முகனே!***

[திருமாலுக்கு மருமகனை, அம்பலத்தில் ஆடுகின்ற சிவ பெருமானுக்கு மகனை, தேவர்களுக்கெல்லாம் மேம்பட்டு விளங்கும் தேவனை, மெய்யறிவே வடிவான கடவுளை, இந்த உலகில் சேல்மீன்கள் நிறைந்த வயல்களையும், சோலைகளையும் உடைய திருச்செங்கோட்டில் உள்ள முருகனைச் சென்று தரிசித்துத் தொழுவதற்கு ஏற்றபடி நாலாயிரம் கண்களை அந்தப் பிரமன் படைத்தானில்லையே!

மாலோன் - பெருமையுடையோன்; கரியவன் என்றும் சொல்ல லாம். வயலையும் பொழிலையும் உடைய செங்கோடு. செல்லுதலும் காணுதலும் தொழுதலும் அடுத்தடுத்து நிகழ்தலின் அம்முறையிற் சொன்னார். அந்த : உலகறி சுட்டு. அடியேன் என்ற எழுவாய் எஞ்சி நின்றது. அடியேன் தொழ, நான்முகன் படைத்திலனே].

முருகன் பேரழகுடையவன் என்பது இப்பாட்டின் கருத்து. இது கந்தர் அலங்காரத்தில் 90-ஆவது பாடல்.

சால நன்று

திருச்செங்கோட்டில் எழுந்தருளியிருக்கும் முருகனுடைய பேரழகைக் கண்டு அதில் ஈடுபட்ட அருணகிரிநாதர்,

"நாலாயிரம் கண் படைத்திலனே அந்த நான்முகனே'' என்று சென்ற பாட்டில் குறைபட்டுக் கொண்டதைக் கண்டோம். இன்னும் அவருக்குத் திருச்செங்கோட்டின் நினைவு போக வில்லை. தொடர்ந்து அங்குள்ள பெருமானையே நினைக்கிறார். நாலாயிரம் கண் இல்லை என்பதற்காக அவனுடைய அழகைக் காணாது வந்துவிடுவாரா? கிடைத்ததைக் கொண்டு முழுப் பயன் பெறுவதுதான் அறிவாளியின் இயற்கை. ஆதலின் செங்கோடனை நன்றாகக் கண்டு இன்புற்றார். அவனுடைய திருவுருவம் அவரது உள்ளத்தில் பதிந்தது.

நினைத்தல்

நமக்கும் இறைவனைத் தரிசிக்க வேண்டுமென்ற ஆவல் இருக்கிறது. ஏதேனும் ஒரு தலத்திற்குச் செல்கிறோம். சென்று அவனைக் காண்கிறோம். அவனுடைய அற்புதமான கோலத்தில் மனத்தை ஈடுபடுத்துகிறோம். உலக வாழ்வில் பல முயற்சிகளைக் கவனிக்க வேண்டி இருப்பதனால் எப்போதுமே அவனுடைய திருச்சந்நிதானத்தில் இருக்க நம்மால் முடியாது. ஆதலின் கோயிலுக்குக் குறிப்பிட்ட நேரங்களில் சென்று தரிசித்து வருவதே பக்தர்களுடைய வழக்கமாக இருக்கிறது. ஆனாலும் அப்படித் தரிசித்த பெருமானை நாம் எப்போது வேண்டுமானாலும், எந்த இடத்திலும் மனத்தில் நினைக்கலாம். பலகாலும் தரிசித்த

பழக்கத்தால் நம்முடைய உள்ளத்தையே கோயிலாக அமைத்துக் கொண்டுவிடலாம்.

"செங்கோடைக் குமரன்என
எங்கே நினைப்பினும் அங்கே என் முன்வந்து
எதிர்நிற்பனே"

என்று அருணகிரியார் சொல்வார். செங்கோட்டு வேலவனை எங்கே நினைத்தாலும் அங்கே வந்து அவன் தோன்றுவானாம். அவருடைய தியான நிலை அப்படிச் சிறந்து நின்றது.

"பதுமமலர்க்
கொங்கே தரளம் சொரியும் செங்கோடைக் குமரன்என
எங்கே நினைப்பினும் அங்கேஎன் முன்வந்து எதிர்நிற்பனே."

என்று பாடினார். நமக்கு அத்தகைய தகுதி இல்லை. அவனுடைய காட்சியை மனத்திலே காண முடிவதில்லை. அகத்திலே கண்ட பிறகல்லவா புறத்திலே காண முடியும்? ஆனாலும் எந்த இடத் திலும் ஆண்டவனை வாழ்த்தலாம். அவனுடைய புகழை எல்லா இடங்களிலும் சொல்லிக் கொண்டிருக்கலாம்.

திருநாமத்தின் பெருமை

அவனுடைய நாமத்தையும் சொல்லலாம். அவனுடைய உருவத்தைக் கோயிலுக்குச் சென்றால்தான் கண்ணால் காண முடியும். நாமத்தையோ எங்கும் சொல்லலாம்; எப்போதும் சொல்லலாம். ஆகவேதான் இறைவனுடைய உருவத்தைக் காட்டிலும் நாமம் சிறந்தது என்று சொல்வார்கள். இன்று நாம் உலகத்தில் தரிசிக்கின்ற உருவங்கள் ஆண்டவனுடைய நேரான உருவம் அல்ல. அவனைத் தம்முடைய அருள் கண்ணால் கண்ட பெரியவர்கள் அவன் இப்படித்தான் இருப்பான் என்று சொல்லி அடையாளமாக அமைத்துக் காட்டிய திருவுருவங்கள் அவை. ஒருவனுடைய போட்டோப் படத்தைப் பார்ப்பது போலத்தான் அந்தத் திருவுருவங்களைக் கண்டு நாம் பூசை செய்கிறோம். அவனுடைய திருநாமம்

அத்தகையது அன்று. அவனுடைய நாமம் வேறொரு நாமத்தின் அடையாளம் அன்று. சாக்ஷாத் நாமமே அது. உலகத்தில் உள்ள சமயங்களில் சிலவற்றைச் சார்ந்த வர்கள் அவனுக்கு உருவம் இல்லையென்று சொல்வார்களே யன்றிப் பெயர் இல்லையென்று சொல்வதில்லை. அல்லா, பரம பிதா என்று சொல்லாமல் இருக்க இயலாது. இந்த வகையிலும் ஆண்டவனுடைய உருவத்தைக் காட்டிலும் திருநாமம் சிறந்தது என்று தெரிந்துகொள்ளலாம்.

மற்றொன்று: நாம் வணங்கும் ஆண்டவனுடைய திருவுருவங் களைக் குறிப்பிட்ட இடத்தில் வைத்துக் கோயில் கட்டியிருக்கிறார்கள். அந்தக் கோயில் சில சில காலங்களில் தான் சென்று வழிபடுவதற்குரியது. அதற்கென்று ஒரு காலமும், இடமும் அமைந் திருக்கின்றன. எந்த நேரத்திலும், எந்த இடத்திலும் அவன் திரு வுருவத்தைக் கண்ணால் கண்டு தரிசிப்பது இயலாது. நம்முடைய வீட்டில் பூசை செய்வதற்கு வைத்திருந்தாலும் அதையும் ஒரு குறிப்பிட்ட இடத்தில்தான் வைத்துக்கொள்ள முடியும். நாம் வேறு இடங்களுக்குச் சென்றிருந்தால் அந்த இடங்களில் அதைக் காண்பதற்கு வாய்ப்பு இராது. இறைவனுடைய திருநாமம் அத்தகையது அன்று. எல்லா இடத்திலும், எல்லாக் காலத்திலும் அதைச் சொல்லலாம்; அவன் புகழை வாழ்த்தலாம். எப்போது எப்போது நமக்கு ஓய்வு இருக்கிறதோ அப்போதெல்லாம் திரு நாமத்தைச் சொல்லலாம்; திருப்புகழைப் பாடலாம். ஆகையால் அவனுடைய திருவுருவத்தைத் தரிசிப்பதைவிட அவன் புகழை வாழ்த்துவது எளிதானது; பயனும் உடையது.

வாழ்த்துதல்

"நாலாயிரம் கண் இருந்தால் ஒருவாறு திருச்செங்கோட்டுப் பெருமானுடைய பேரழகைக் கண்டு இன்புற்றிருக்கலாமே. எனக்கு இருப்பவை இரண்டு கண்கள் தாமே!" என்று இரங்கினார் அருணகிரியார். ஆயினும் நன்றாகத் தரிசித்து இன்புற்றார். நாமோ அவனைச் சென்று பார்க்கவில்லை. எல்லாருக்கும் அடிக்கடி சென்று பார்க்க இயலாது.

கோயிலுக்குச் சென்று பார்க்க முயற்சியும், வாய்ப்பும் இல்லாதவர்களுக்கு எளிதாக ஒரு காரியம் இருக்கிறது. அவனை வாழ்த்தலாம். திருச்செங்கோட்டிலுள்ள ஆண்டவனைத் தரிசித்த அருணகிரியார், யாவர்க்கும் எளியதாக, ஆனால் அரிய பயனை உடையதாக ஓர் உபாயத்தைச் சொல்கிறார். அவர் பாடிய பாடலைக் கேட்டுவிட்டு, 'நாலாயிரங் கண் இல்லையே என்று இப்பெருமான் இரங்குகிறாரே! அத்தகைய மூர்த்தியை நாம் பார்க்க வேண்டும். பார்க்க வாய்ப்பு இல்லையே!' என்று எண்ணி ஏங்குவாருக்கு ஆறுதலாக, 'அவனை வாழ்த்திக் கொண்டிருக்கலாம். அது மிகவும் நல்லது" என்று அடுத்த பாட்டில் சொல்கிறார்.

செங்கோடனை வாழ்த்துகை சால நன்றே.

கருமால் மருகன்

செங்கோடனை மீட்டும் நினைக்கும்போது சென்ற பாட்டில் முதலில் சொன்னதுபோலத் திருமால் மருகன் என்று மறுபடியும் நினைவு கொள்கிறார். அங்கே 'மாலோன் மருகனை' என்று எடுத்தார். இங்கே,

கருமான் மருகனை

என்று தொடங்குகிறார். திருமால் கரிய நிறம் உடையவர். அவருக்கு மருகன் முருகப்பெருமான்.

வள்ளிநாயகியை அவன் திருமணம் செய்துகொண்டான். அப் பெருமாட்டி ஒரு மானுக்கு மகளாகத் திரு அவதாரம் செய்தாள். செம்மான் மகளாகத் திகழ்ந்தாள். திருமகள் அம்சம் பெற்றது அந்தச் சிவந்த மான், கரிய திருமாலினுடைய மருமகனாக இருக்கிறவன் சிவந்த திருமகளாகிய மானின் மகளைக் கல்யாணம் செய்து கொண்டான். அவன் எப்படி வள்ளியைத் திருமணம் செய்து கொண்டான் என்பதை இதில் சொல்கிறார்.

வள்ளியைக் களவு கொண்டவன்

கருமால் மருகனைச் செம்மான் மகளைக் களவுகொண்டு வரும் ஆகுலவனை.

ஆகுலம் - கவலை. 'வள்ளி நாயகியைத் திருட்டுத்தனமாக வாவது எடுத்துச் செல்ல வேண்டும்!' என்ற கவலை முருகனுக்கு இருந்தது. நேர்மையாக அவனுடைய தந்தையை அணுகி, "எனக்குத் திருமணம் செய்து கொடு" என்று ஆண்டவன் கேட்கவில்லை. தினைப் புனத்தில் தினை காத்துக் கொண்டிருந்த வள்ளி நாயகியிடம் தன்னை மறைத்துக் கொண்டு சென்றான். திருடர்கள் எப்போதும் தம்முடைய உருவத்தை வெளிப்படையாகக் காட்டிக் கொள்ள மாட்டார்கள். முருகன் வேடனாகவும், கிழவனாகவும், வேங்கை மரமாகவும் தன்னுடைய கோலத்தை மாற்றிக் கொண்டான். திருடன் செய்கிற காரியம் இது. பொருளுக்குரியோர் அறியாமல் அந்தப் பொருளை எடுத்துச் செல்வதுதான் களவு. வள்ளிநாயகியை வள்ளி மலைக்கு அரசனாகிய நம்பி ராஜன் வளர்த்து வந்தான். கண்ணை இமை காப்பது போல அவளைக் காப்பாற்றினான். தன்னுடைய மகள் என்று எண்ணி நலங்கள் செய்தான். அவனையும் அறியாமல் திருட்டுத்தனமாக முருகப் பெருமான் வள்ளியெம்பெருமாட்டியை எடுத்துச் சென்றான். ஆகையால் அது திருட்டு ஆயிற்று. அப்போது வள்ளிநாயகியை எப்படியாவது அடைய வேண்டுமென்ற வியாகுலம் அவனுக்கு இருந்ததாம்.

"வேடுவர் புனத்திலுரு மாறிமுனி சொற்படி
வியாகுல மனத்தினொடு போம்விற்காரனும்"

என்று திருவகுப்பில் வருகிறது. நாரதர் கூறிய சொற்படியே வள்ளி நாயகியை அடைய வேண்டும் என்ற வியாகுல மனத்தோடு உருமாறிப் போனானாம். வள்ளி நாயகியை ஆட்கொள்வதற்காகச் செய்த திருவிளையாடல் இது. அந்தப் பிராட்டிக்கு முருகனை அடையவேண்டுமென்ற காதல்

இருந்திருக்கலாம். அது வெளிப் படையாகத் தெரியவில்லை. அவளை ஆட்கொள்ள வேண்டுமென்ற கவலை மிகுதியாக முருகனுக்கு இருந்தது. முருகனுடைய பெருங் கருணையை இந்தத் திருவிளையாடல் காட்டுகிறதென்பதைப் பலமுறை பார்த்திருக்கிறோம். இறைவனே வலியவந்து தன்னை ஆட்கொள்ளும் பேறு வள்ளியெம்பெருமாட்டிக்குக் கிடைத்தது.

குரங்கும் பூனையும்

குரங்குக்கும் பூனைக்கும் ஒரு வகையில் வித்தியாசம் உண்டு. குரங்கு தன் குட்டியைப் பற்றிக்கொள்ளாது. குட்டியே தாய்க் குரங்கைப் பற்றிக்கொள்ள வேண்டும். மரத்திற்கு மரம் தாய் தாவும்போது குட்டி சிறிதும் சோர்வில்லாமல் தாயைப் பற்றிக் கொண்டிருக்கும். பற்றிக் கொள்ளாமல் பிடியை விட்டுவிட்டால் அந்தக் குட்டியையே கொன்றுவிடும் என்று சொல்வார்கள். ஆனால் பூனையோ அப்படி அன்று. பூனைக் குட்டிக்குக் கவலை சிறிதும் கிடையாது. தாய் எங்கே போனாலும் தன்னுடைய குட்டியைத் தன் வாயில் கௌவிக் கொண்டு எடுத்துச் செல்லும். குரங்கினத்தில் குட்டிக்குக் கவலை. பூனை இனத்தில் தாய்க்குக் கவலை.

முருகன் கவலை

உலகத்தில் உள்ள ஆருயிர்கள் எல்லாம் குழந்தைகள். அந்தக் குழந்தைகளுக்குத் தாயாக இருப்பவன் இறைவன். ஆருயிர்கள் தம்முடைய முயற்சியினால் இறைவனை அடைய வேண்டுமென்று பல வகையான சாதனங்களை மேற்கொண்டு உயர்ந்து நின்று இறைவனை அடைய வேண்டும். இதுதான் இயற்கை. ஆனால் உயிர்களை ஆள வேண்டும் என்ற கவலை முருகனுக்கு உண்டாயிற்று. தாய்ப் பூனையைப் போல அவன் பேரருளுடையவனாக இருக்கிறான். சிறந்த வள்ளல்கள் தம்மிடம் உள்ள பொருளை வாங்கிக்கொள்ள இரவலர்கள் வரவேண்டுமே என்று கவலைப்பட்டுக் கொண்டிருப்பார்கள். தலையில் சுமையை

வைத்திருக்கும் ஒருவன் அந்தச் சுமையை இறக்கும் இடம் எங்கே என்று தேடுவது போல, தம்முடைய பொருளை இரவலர்கள் வாங்கிக் கொள்ள வேண்டுமே என்று மிக்க ஆர்வத்துடன் அவர்களை நாடி இருப்பார்கள்.
இரவலர்களுக்கு, 'நமக்குப் பணம் கொடுப்பார் யார்?' என்று கவலை இருப்பது போலவே, நல்ல வள்ளலுக்கு, 'நம்மிடம் வந்து வாங்குவது யார்?' என்ற கவலை இருக்கும்.
முருகப்பெருமானாகிய வள்ளல் தன்னுடைய பேரருளை வள்ளி நாச்சியாருக்கு வழங்க வேண்டுமே என்று கவலைப்பட்டுக் கொண்டிருந்தான். ஆகையால் அவளைத் திருடிச் செல்ல வேண்டுமே என்று கவலைப்பட்டான் என இந்தப் பாட்டில் கூறுகிறார்.

செம்மான் மகளைக் களவுகொண்டு
வரும் ஆகுலவனை.

ஆகுலவன் - கவலை உள்ளவன்.

களவும் கற்பும்

வள்ளிநாயகியை முருகன் யாரும் அறியாமல் எடுத்துச் சென்றான். தமிழில் இரண்டு வகை மணம் உண்டு. களவு, கற்பு என்று அவற்றைச் சொல்வார்கள். இவற்றைக் கைகோள் என்று கூறுவர். கைகோள் - ஒழுக்கம்.

பல பிறவிகள் தோறும் தொடர்ந்து வந்த தொடர்பு காரண மாக ஆடவனும் மகளிரும் தனியே ஒருவரை ஒருவர் காண்பார்கள்.

நல்ல ஊழின் தூண்டுதலால் இந்தச் சந்திப்பு நிகழும். அவர்கள் பல பிறவிகளில் காதலர்களாக இருந்தமையின் கண்ட பொழுதே அவர்களிடையே காதல் தோன்றும். பின்பு அவர்கள் அடுப்பாரும் கொடுப்பாரும் இல்லாமல் அந்தக் காதலை வளர்த்துக் கொண்டு வருவார்கள். அதன் பிறகே காதலன் முயற்சி செய்து யாவரும் அறியக் காதலியைத் திருமணம் செய்துகொள்வான். திருமணம் செய்து

கொள்வதற்கு முன்பு அவர்கள் ஒழுகும் ஒழுக்கத்தைக் களவொழுக்கம் என்று சொல்வர். அந்தக் களவுக் காதல் தமிழ் நூல்களில் சிறப்பாகப் பேசப்பெறும். மதுரையில் எழுந்தருளியிருக்கும் ஆலவாய்ப் பெருமான் களவியல் என்று அறுபது சூத்திரங்களால் ஓர் இலக்கண நூலை அளித்திருக்கிறான். களவுக் காதலைப் பற்றிய இலக்கணம் அதில் இருக்கிறது. கல்யாணம் ஆன பிறகு வாழும் வாழ்வு கற்பொழுக்கம் ஆகும். களவின் வழியே வந்த கற்பு என்றும், களவின்வழி வாராக் கற்பு என்றும் இரண்டு வகை உண்டு. அவற்றில் களவின் வழி வந்த கற்பே சிறந்தது. அதாவது, யாரும் அறியாமல் தனியே காதலர்கள் ஒன்றுபட்டு அப்பால் திருமணம் செய்துகொள்வதே சிறப்புடையதென்பது தமிழ் மரபு.

முருகப்பெருமான் தமிழ்நாட்டினரால் போற்றப்படும் தெய்வம்; தமிழர் வாழ்விற்குச் சிறப்பு அருளும் பெருமான். அவன் களவு மணம், கற்பு மணம் ஆகிய இரண்டையும் செய்து கொண்ட ருளினான். தேவயானையைக் களவின் வழி வாராத கற்புத் திருமணம் செய்து கொண்டான். இந்திரனும் தேவர்களும் தேவ யானையை ஏற்றுக் கொள்ள வேண்டுமென்று ஆண்டவனிடம் வேண்டிக்கொள்ள, அவன் அந்தப் பெருமாட்டியைத் திருப்பரங் குன்றத்தில் திருமணம் செய்து கொண்டான். இந்த வரலாறு கந்த புராணத்தில் வருகிறது. இந்த மணம் கற்பு மணம்.

வள்ளி மணம் களவு மணம்

தமிழ்ப் பெருமாட்டியாகிய வள்ளிநாயகியை மணம் செய்து கொண்டது களவுக் காதல் முறை. அடுப்பாரும், கொடுப்பாரும் இல்லாமல் தானே வலிந்து சென்று அந்தப் பெருமாட்டியிடம் முருகன் காதல் செய்தான். ஆதலின் தமிழ் மரபுக்கேற்ற வகையில் அது அமைந்தது. தந்தையார் இலக்கணம் செய்யப் பிள்ளை யாகிய முருகன் இலக்கியமாக நின்றான். இந்தச் செய்தியைப் பழைய சங்க நூலாகிய பரிபாடலில் உள்ள ஒரு பாட்டிலே காணுகிறோம்.

பரிபாடலில் முருகனைப் பற்றிய பல பாடல்கள் உண்டு. திருப்பரங்குன்றத்தில் எழுந்தருளியிருக்கும் பெருமான் பெருமையைச் சொல்கிற பாடல்களில் ஒன்று, வள்ளி நாயகியின் திருமணப் பெருமையைச் சொல்கிறது. அது இப்போதுள்ள பரிபாடல் பதிப்பில் 9-ஆவது பாடலாக அமைந்திருக்கிறது. அந்தப் பாடலில் ஒரு காட்சி வருகிறது. பரிபாடலுக்கு உரை வகுத்த பரிமேலழகர் அங்கே, 'கைகோள் இரண்டிற்கும் உரிய தேவியார் காதலிக்கப் பாடு கூறி வாழ்த்தி, மேல் வள்ளியது சிறப்பும் அவன் பரங்குன்று அவட்கு ஒத்தவாறும் கூறலுறுவார், நான்மறைப் புலவரை நோக்கித் தமிழது சிறப்புக் கூறுவாராய்ப் பொதுவகையான் அவற்றிற்குக் காரணம் கூறுகின்றார்' என்று முன்னுரை எழுதுகிறார்.

நான்மறை வல்ல புலவருக்குப் பிரமம் முதலிய எட்டுவகைத் திருமணங்கள் தெரியும். அவற்றில் ஒன்று காந்தர்வ விவாகம். அது போன்றது களவு மணம் என்று சொல்வார்கள். காந்தர்வ மணத்தைவிடக் களவு மணம் பலவகையில் சிறந்தது. களவு மணத்தின் சிறப்பை உணராத நான்மறைப் புலவர்களுக்கு அதன் பெருமையை உணர்த்தும் வகையில் பரிபாடற் பாட்டு இருக்கிறது.

களவு மணம் செய்து கொள்பவர்கள் பின்பு நாடறிய வரைந்து கொண்டு கற்பு வாழ்க்கை வாழ்வார்கள். அதைக் களவின் வழிவந்த கற்பு என்பார்கள். அவ்வாறு இன்றி நேரே திருமணம் செய்து கொள்வதைக் களவின் வழி வாராக் கற்பு என்பர். இவ்விரண்டினும் முன்னையது சிறந்தது என்பது தமிழ் மரபு.

இதை முதலில் புலவர் சொல்கிறார்.

***"நான்மறை விரித்து நல்லிசை விளக்கும்
வாய்மொழிப் புலவீர், கேண்மின்; சிறந்தது
காதற் காமம்; காமத்துச் சிறந்தது,
விருப்போர் ஒத்து மெய்யுறு புணர்ச்சி."***

'நான்கு வேதங்களை விரித்து அதன் நல்ல இசையை விளக்குகின்ற வாய்மொழியை உடைய புலவர்களே, கேளுங்கள்; இருவகைக் காமத்திற் சிறந்தது களவுக் காதலாகிய காதற் காமம். அது காதலர்கள் தம்முள் உள்ளம் ஒத்து ஒன்றுபடுவது' என்பது இதன் பொருள்.

மேலும் அந்தக் களவுக் காமத்தின் சிறப்பைச் சொன்னவர்,

"தள்ளாப் பொருள்இயல்பில் தண்டமிழாய் வந்திலார்
கொள்ளார்இக் குன்று பயன்!"

என்று கூறிப் பின்பு வள்ளி நாயகி களவுக் காதலால் சிறப்புப் பெற்றதைப் பாடுகிறார். 'இனி, அக்களவிற் புணர்ச்சியை உடை மையான் வள்ளி சிறந்தவாறும், அத் தமிழை ஆய்ந்தமையான் முருகன் சிறந்தவாறும் கூறுகின்றார்' என்று பரிமேலழகர் இங்கே எழுதுகிறார்.

இந்தச் சிறப்பான களவு மணத்தால் வள்ளிநாயகியை மணந்தமையால் இங்கே அருணகிரி நாதர்

செம்மான் மகளைக் களவுகொண்டு
வருமாகுலவனை

என்றார்.

நல்ல களவு

களவு கொண்டு வரும் செயல் பொதுவாகத் தவறுதான். ஐம்பெரும் பாதகங்களில் ஒன்று அது. ஆயினும் பிறர் பொருளை அவர் அறியாமல் கைக்கொள்ளும் களவுக்கும் இந்தக் களவுக்கும் வேறுபாடு உண்டு. களவில் நல்ல களவும் உண்டு. ஒருத்தி தன் கணவனோடு கோபித்துக் கொண்டு உயிரை விட்டுவிடத் துணிந்தாள். அதற்காக நஞ்சை வாங்கிப் பின்பு உண்போமென்று ஓரிடத்தில் மறைவாக வைத்திருந்தாள். அதனை அறிந்த அவள் தோழி அவள் அறியாமல் அதைக் களவில் எடுத்துச் சென்று

கொட்டிவிட்டாள். அவள் செய்தது களவுதான். ஆனால் அதனால் நன்மைதான் விளைந்தது. நஞ்சுண்டு சாக எண்ணியிருந்த பெண்மணி அதை உண்டிருந்தால் உயிர் போயிருக்கும். ஆனால் அதனைக் காணாமல் வருந்திப் பிறகு சினம் ஆறி, ஆண்டவனே தன்னைக் காப்பாற்றினான் என்று ஆறுதல் பெற்றாள்.

இந்தக் களவினால் நன்மையே விளைந்தது. திருவள்ளுவர் வாய்மையைப் பற்றிச் சொல்லும்போது,

"பொய்ம்மையும் வாய்மை யிடத்த புரைதீர்ந்த
நன்மை பயக்கும் எனின்"

என்று சொல்கிறார். குற்றமற்ற நன்மையை விளைவித்தால் பொய்யையும் மெய்யாகவே எண்ணவேண்டும் என்பது அந்தக் குறளால் தெரியவருகிறது. அதுபோலவே களவும் நன்மை பயப் பதனால் ஏற்றுக்கொள்வதற்குரியது என்று சொல்லலாம் அல்லவா?

இறைவனையே கள்வன் என்று சொல்வார்கள். அன்பர்களின் அறியாமையை அவர்கள் அறியாமலே களவு கொள்ளும் கருணை உடையவன் அவன். குழந்தையின் கையில் கத்தியிருக்கிறது. அது தன் கையையோ காலையோ வெட்டிக்கொள்ளுமே என்று அஞ்சுகிறாள் தாய். நல்ல வேளையாக அது சோர்ந்து போய்த் தூங்கத் தொடங்குகிறது. அந்தச் சமயத்தில் அந்தக் குழந்தை அறியாமல் அன்னை அதை எடுத்துக் கொள்கிறாள். அது ஒரு வகையில் களவுதான். ஆனால் அந்தக் களவினால் குழந்தைக்கு நன்மையே விளைகிறது. இறைவன் அந்த வகையில்தான் நலம் செய்கிறான்.

ஸ்ரீ ருத்திரம் இறைவனைக் கள்வனென்றே சொல்கிறது; சாதாரணக் கள்வன் அன்று; கள்வர் தலைவன் என்று சொல்கிறது.

"தஸ்கராணாம் பதயே நமோநம"

என்பது ருத்திரம். திருஞான சம்பந்தப் பெருமான் சிவபிரானை,

"உள்ளம்கவர் கள்வன்"

என்று பாடினார்.

வள்ளிநாயகியைத் தடுத்தாட்கொண்ட முருகன் அப்பிராட்டி தன்னை இன்னானென்று அறியாதிருந்தும் அவளுக்கு அருள் செய்ய முந்தினான். அவளை யாரும் அறியாமல் எடுத்துச் சென்று திருத்தணிக்குச் சென்றான். அவளைக் களவிலே மணக்க வேண்டுமே யென்ற கவலையோடு இருந்தான். உயிர்கள் உய்ய வேண்டுமென்ற கவலை இறைவனுக்கு இருக்கிறது. தன் மகன் படித்து முன்னுக்கு வர வேண்டுமே என்ற கவலை தந்தைக்கு இருக்கிறது. ஆனால் அந்தப் பிள்ளைக்கு அவ்வளவு கவலை இருப்பதில்லை.

வள்ளி நாயகியைத் தன்னிடத்தைச் சார்ந்து வாழும்படி அருள் செய்ய வேண்டுமென்ற கவலை முருகனுக்கு இருந்தது. திருமாலுக்கு மருமகனாக உள்ள அப்பெருமான் திருமகளாகிய சிவந்த மான் ஈன்ற மகளைக் களவில் எடுத்துக் கொண்டு வர வேண்டுமென்ற கவலையோடு இருந்தவன் என்று அருணகிரி நாதர் சொல்கிறார்.

கருமால் மருகனைச் செம்மான் மகளைக்
களவுகொண்டு
வரும் ஆகுலவனை.

சேவற் கொடியோன்

ஆண்டவன் வெற்றியை உடையவன். வெற்றிக்கு அறிகுறி யாக அவன் திருக்கரத்தில் சேவல் கொடியிருக்கிறது. சேவலைக் கையிலே கொண்டவன் என்ற பொருளில்,

சேவற் கைகோளனை

என்கிறார் அருணகிரியார்.

சேவல் முருகப் பெருமானுடைய தனிப் பெருமையைக் காட்டுகிறது. பகைவரை அழித்துக் கொல்லுதல் உலகத்து மன்னர்களுக்கு இயல்பு. ஆனால் இங்கே முருகப்பெருமான் தன்னை எதிர்த்த சூரபன்மனை அடியோடு அழிக்கவில்லை. அவனுடைய உடம்பு இரண்டு பகுதியாகப் பிரிய ஒரு பகுதியை மயிலாகவும், மற்றொரு பகுதியைக் கொடியாகவும் மாற்றி ஏற்றுக் கொண்டான். அவன் திருக்கரத்திலுள்ள சேவல் முருகப் பெருமானுடைய வீரத்தைக் காட்டி, அவனைச் சேர்ந்த பகைவர் கள்கூட நன்மை பெறுவார்கள் என்பதைப் புலப்படுத்துகிறது. சேவலைக் கையில் கொண்டமையால் அவன் பெருவீரன், பெருங்கருணையாளன் என்பதை உணர்கிறோம்.

வேலன்

அவன் திருக்கரத்தில் ஏந்தியுள்ள படைக்கலம் வேல். அந்த வேல் போரில் புகுந்தால் வெற்றியைத் தரும் தன்மை உடையது. மாமரமாக நின்ற சூரனைச் செற்றது அது. அவன் முருகப் பெருமானை எதிர்த்து நின்றான்.
தேவலோகத்திலுள்ள அமரர்கள் மீண்டும் பழைய வாழ்வு பெற்று உய்யவேண்டுமென்று கருதியே வடிவேற்பெருமான் சூரனோடு போரிட்டான். அவனுக்கும் சூரனுக்கும் நேரே பகை ஒன்றும் இல்லை. தன்னிடத்தில் வந்து முறையிட்ட தேவர்கள் பழைய வாழ்வு பெறவேண்டுமென்ற கருணையினால் தன்னோடு பொருத சூரனாகிய மாமரத்தைச் செற்றான். அப்படிச் செற்றதற்குக் கருவியாக இருந்தது அவன் கையில் உள்ள வேல். அது ஞான சக்தி என்பதைப் பலமுறையும் பார்த்து வந்திருக்கிறோம். சேவலைக் கையிலே வெற்றிக் கொடியாக உயர்த்திய எம்பெருமான் பெரிய போரைச் செய்து அந்த வெற்றியை வாங்கித் தந்த வேலாயுதத்தை ஒரு திருக்கரத்தில் ஏந்தியிருக்கிறான்.

வானம்உய்யப் பொருமாவினைச் செற்ற போர் வேலனை.

செங்கோட்டு வளம்

இத்தகைய முருகன்: திருச்செங்கோட்டில் எழுந்தருளியிருக்கிறான். நீர்வளமும், நிலவளமும் பொருந்தியது திருச் செங்கோடு. அருணகிரியார் காலத்தில் அது அப்படி இருந்தது போலும்.

மரங்களில் அடிக்கடி நீர் வேண்டியிருப்பது கமுக மரம். பனை மரத்திற்குச் சிறியதாக இருக்கும்போது தண்ணீர் விட்டால் போதும். வளர்ந்த பிறகு விட வேண்டாம். தென்னை மரத்திற்குச் சிறிதாக இருக்கும் போது நன்றாகத் தண்ணீர் விட்டு வளர்க்க வேண்டும். வளர்ந்த பிறகு அவ்வப்போது தண்ணீர் விட வேண்டும். கமுக மரத்திற்கு எப்போதும் தண்ணீர் விட்டுக் கொண்டே இருக்க வேண்டும். "கை காய்த்தால் கமுகு காய்க்கும்" என்பது ஒரு பழமொழி. தண்ணீர் விட்டுவிட்டுக் கை காய்ப்புப் பெற வேண்டுமாம். அடிக்கடி மழை பெய்யும் இடத்தில்தான் கமுக மரம் வளர்ந்து வரும். இன்னும் காய்க்காத பல கமுக மரங்கள் திருச்செங்கோட்டில் நிறைய வளர்ந்திருக்கின்றன. அது மாத்திரம் அன்று. பல பழங்களைத் தரும் மாமரங்களும் வளர்ந்திருக்கின்றன. முருகப் பெருமான் இருக்கும் இடத்தில் மாமரங்கள் வளர்வதற்கு ஒரு பொருத்தம் உண்டு. அப்பெருமான் ஒரு மாம்பழத்தைப் பெற வேண்டுமென்று எண்ணி உலகத்தை வலம் வந்தான். அது கிடைக்காமையினால் பழனி மலை ஏறி நின்று தவக்கோலத்துடன் விளங்குகிறான். அத்தகைய முருகப் பெருமானுக்கு எப்பொழுதுமே நிவேதனம் பண்ணும்படி கனிகளைத் தருகிற மாமரங்கள் திருச் செங்கோட்டில் இருக்கின்றனவாம். நீர் வளத்தை நன்கு தெரிவிக்கும் சிறந்த கமுக மரங்களும், முருகப் பெருமானுக்கு உகந்த பழங்களைத் தரும் மாமரங்களும் இணைந்து பொழிலாக நிறைந்திருக்கிற திருச்செங்கோட்டில் அவன் எழுந்தருளியிருக்கிறான். அவனை வாழ்த்துவது மிகவும் நல்லது.

கன்னிப்பூகமுடன்
தருமா மருவு செங்கோடனை வாழ்த்துகை சால நன்றே.

'நாலாயிரம் கண் படைத்திலனே என்று நான் இரங்கினேனே! அப்படி இரங்கி என்ன பயன்? இருப்பதைக் கொண்டு திருப்தி யுறலாமே. கண்கள் பல இல்லாவிட்டாலும் எங்கே சென்றாலும், எல்லாக் காலத்திலும் அவன் புகழை வாழ்த்தலாமே. ஒரு வாயாக இருந்தாலும் அவன் புகழ் எவ்வளவு பெரிதாக இருந்தாலும் மெல்ல மெல்லச் சொல்லலாம்; நிறையச் சொல்வதற்கு ஏற்ற கருவி வாய். ஆகையால் அது இல்லையே, இது இல்லையே என்று குறைபடுவதைவிட நமக்குள்ள ஒன்றைக் கொண்டு பெரும் பயன் ஈட்டலாம்' என்று சமாதானம் செய்து கொள்வாரைப் போல இந்தப் பாட்டைப் பாடுகிறார்.

கருமான் மருகனைச் செம்மான் மகளைக் களவு கொண்டு
வரும்ஆ குலவனைச் சேவல்கைக் கோளனை வானம்உய்யப்
பொருமா வினைச்செற்ற போர்வே லனைக்கன்னிப் பூகமுடன்
தருமா மருவுசெங் கோடனை வாழ்த்துகை சாலநன்றே.

நயம்

இந்தப் பாட்டில் ஒரு நயம் இருக்கிறது. தமிழில் சொற்களைக் கொண்டு சில வகையான நயங்களைப் புலவர்கள் காட்டு வார்கள். பொருளின் அருமைப்பாட்டைப் பொருள் நயம் என்றும், சொற்களின் அருமையைச் சொல் நயம் என்றும் சொல்வது வழக்கம். பொருளாலும் சொல்லாலும் பெரும் புலவர்கள் தம் முடைய பாடல்களின் சுவையை மிகுதியாகும் படி செய்வார்கள். இந்தப் பாட்டில் சொல் நயம் ஒன்று அமைந்திருக்கிறது. மேலாகப் பார்க்கும்போது ஒருவகையான பொருளும், உள்ளே புகுந்து பார்க்கும்போது இயல்பான பொருளும் புலப்படச் சொல்வது ஒரு வழக்கம். இங்கே சாதிப் பெயர்கள் சொல்லளவில் தோற்றும் படியாக அருணகிரியார் பாடியிருக்கிறார். இதைத் தொனி என்று சொல்வதும் உண்டு. சாதிப் பெயர்கள் இந்தப் பாட்டில் தொனிக்கின்றன. ஆனால் இயல்பான பொருளுக்கும் இந்தத் தொனிக்கும் சம்பந்தம் இல்லை. முதலில்,

கருமான் மருகனை

என்றார். கருமான் என்பது இரும்பு வேலை செய்கின்ற தொழிலாளிக்குப் பெயர்.

செம்மான் மகளை.

செம்மான் என்பது தோல்வேலை செய்கிறவர்களுக்குப் பெயர். திருநெல்வேலிப் பக்கத்தில் இன்றும் அந்தப் பெயரால் அழைக் கிறார்கள். சர்மகாரர் என்பதன் திரிபாக இருக்கலாம். கருமா னுடைய மருகனை, ஒரு செம்மானுக்கு மாப்பிள்ளையை என்று தொனிக்கும்படி பாடினார். மேலே,

களவுகொண்டு வரும் ஆகுலவனை

என்றார். ஆகுலவன் என்பது ஒருவகை வேடனுக்குப் பெயர்.

சேவல் கைக்கோளனை.

கைக்கோளர் என்பது செங்குந்தர் குலப்பெயர். வேலன் என்பது மலைவாழ் சாதியாரில் ஒருவகையினருடைய பெயர். கருமான், செம்மான், ஆகுலவன், கைக்கோளன், வேலன் என்ற சாதிப் பெயர்கள் இந்தப் பாட்டில் தொனிக்கின்றன.

சாதிப்பிரிவு

இப்போது சாதிப் பிரிவை ஒழிக்க வேண்டுமென்ற முயற்சி தலைப்பட்டிருக்கிறது. சாதி அபிமானம் இருப்பது நல்லதுதான்; ஆனால் சாதிப் பகை இருத்தல் கூடாது என்பது நம்முடைய தலைவர்களின் கருத்து. பழங்காலத்தில் சாதிப் பிரிவினை ஒருவர் மீது ஒருவர் பகை கொள்வதற்காக அமையவில்லை. பெரும் கூட்டமாக இருந்தால் ஒரு காரியத்தைச் சாதிக்க முடியாது என்று கருதிச் சிறுசிறு குழுக்களாக அமைத்து வேலை செய்வது எல்லாக் காலத்திலும் வழக்கம். எப்போதும் ஓரிடத்தில் சக்தி குவிந்திருப்பதைவிடப் பரவலாக இருப்பது நல்லது என்று சொல்கிறார்கள். அந்தப் பரவல் முறையை மக்கள்

சமுதாயத்தில் மேற்கொண்டு வகுப்பு வகுப்பாகப் பிரித்துக் கொண்டார்கள்.

அந்தக் காலத்தில் அது ஆக்கத்தைத் தந்தது. இப்போதோ ஒரு சாதி மற்றொரு சாதியைப் பகைக்கிற அழிவு முறை வந்துவிட்டது. பழங்காலத்தில் அந்த அந்தச் சாதிக் கூட்டத்துக்கு என்றே தனி வீதிகள் அமைந்திருக்கும். தொழிலாளியின் மகன் தொழிலாளியாக இருந்ததனால் அவனுடைய வாழ்க்கையில் மாற்றங்கள் அமைவது இல்லை. பரம்பரை பரம்பரையாக அவனுக்கு என்று தொழிலும், அந்தத் தொழிலுக்குரிய நன்மைகளை அனுபவிக்கின்ற உரிமையும் இருந்தன. பொதுவான காரியங்களில் எல்லாச் சாதியினரும் பங்கு கொண்டு உழைத்தார்கள். ஊரிலுள்ள கோயிலில் விழா எடுக்க வேண்டுமானால் ஒவ்வொரு சாதியினருக்கும் வரையறையாக ஒரு தொண்டு இருக்கும். அதனை அவர்கள் பரம்பரை பரம்பரையாகச் செய்து கொண்டு வருவார்கள். வெவ் வேறு சாதியாக இருந்தாலும் எல்லோருக்கும் கோயிலில் உரிமை யுண்டு என்ற பெருமையுடன் வாழ்ந்தார்கள். வேற்றுமையில் ஒற்றுமை *(Unity in diversity)* என்ற இந்த முறை அந்தக் காலத்துச் சமுதாயத்தில் இருந்து வந்தது.

உடம்பில் வெவ்வேறு அவயவங்கள் இருப்பதனால் பல வகையான தொழில்களைச் செய்வதற்குரிய வாய்ப்பு நமக்குக் கிடைப்பது போல, சமுதாயத்தில் வெவ்வேறு பிரிவுகள் ஒற்றுமையோடு வாழ்கின்ற வாழ்வு இருந்தமையினால் நல்ல காரியங்களைச் செய்ய முடிந்தது. இப்போது ஓர் உறுப்புக்கும், மற்றோர் உறுப்புக்கும் சண்டை வந்ததுபோலச் சாதிக்குச் சாதி பகை தோன்றினமையின் சாதியே வேண்டாம் என்ற எண்ணம் தோன்று கிறது. மேல் சாதி, கீழ்ச்சாதி என்ற வேறுபாடு வந்ததே இதற்கு முக்கியமான காரணம்.

பழங்காலத்தில் நான் இன்ன வகுப்பு என்று எண்ணுவதில் எல்லோரும் பெருமை கொண்டிருந்தார்கள். ஒவ்வொரு வகுப்பினரும் தம் வகுப்புக்கு மூலமாக ஏதாவது ஒரு

கடவுளைச் சொல்லிக் கொண்டிருந்தார்கள். பழங்காலத்தில் ஒவ்வொரு வகுப்புக்கும் தனிச் சங்கம் இருந்தது. ஒவ்வொரு வகுப்புக்கும் தனியே ஒரு பெயர் உண்டு. கைக்கோளர்கள் என்னும் சாதியினர் முருகப் பெருமானுடைய தம்பியாகிய வீரபாகுவின் குலத்தவர் என்று சொல்லிக் கொள்வார்கள். தோல் தைப்பவர்கள் தங்களை அருந்ததியின் குலத்தவர்கள் என்று சொல்லிக் கொள்வார்கள்.

உலோக வேலை செய்கிறவர்கள் விசுவகர்மாவினுடைய பரம்பரை என்று சொல்லிக் கொள்வார்கள். இப்படி எல்லாச் சாதிகளுக்கும் இறைவனோடு தொடர்புடைய வரலாறுகள் உண்டு. சமுதாயத்திலுள்ள சாதிகள் எல்லாம் இறைவனோடு தொடர்புடையன என்ற எண்ணமும், அதனால் ஒவ்வொருவருக்கும் ஒவ்வொரு வகையில் பெருமிதமும், எல்லோரும் சேர்ந்து சமுதாயத்தை வளர்க்க வேண்டுமென்ற ஒற்றுமை நோக்கும் இருந்தன.

அந்தக் காலத்தில் தோன்றினவர் அருணகிரியார். சாதிப் பெயர்களைத் தொனிக்கும்படி வைத்து இந்தப் பாட்டைப் பாடினார். கொல்லனாகிய கருமானையும், தோல் தைக்கும் தொழிலாளியாகிய செம்மானையும், வேடனையும், நெய்தல் வேலையை உடைய கைக்கோளனையும், மலைவாசியாகிய வேலனையும் இந்தப் பாட்டில் நினைப்பூட்டுகிறார்.

இறைவனை வாயார வாழ்த்துவது எல்லோருக்கும் என்ய காரியம். அதைச் செய்துகொண்டு வாழவது எல்லோருக்கும் நல்ல செயல் என்பது இந்தப் பாட்டின் கருத்து.

கருமான் மருகனைச் செம்மான்
மகளைக் களவுகொண்டு
வரும்ஆ குலவனைச் சேவல்கைக்
கோளனை வானம்உய்யப்
பொருமா வினைச்செற்ற போர்வே
லனைக்கன்னிப் பூகமுடன் தருமா

மருவுசெங் கோடனை
வாழ்த்துகை சாலநன்றே.

[கரிய நிறம் பெற்ற திருமாலின் மருகனை, செந்நிறம் பெற்ற மான் உருவில் வந்த திருமகளுடைய மகளாகிய வள்ளி நாயகியைப் பிறர் அறியாமல் எடுத்து வரும் கவலையை உடையவனை, சேவலாகிய கொடியைக் கையிலே கொண்டவனை, தேவலோகத்திலுள்ள அமரர்கள் உயிர் பிழைக்கும் வண்ணம் அவர்களோடு பொருத சூரபதுமனாகிய மாமரத்தை அழித்த போரில் சிறந்த வேலாயுதமுடைய கடவுளை, குலை ஈனாத கமுகமரங்களுடன் பழங்களைத் தருகின்ற மாமரங்கள் பொருந்திய திருச்செங்கோட்டில் எழுந்தருளியுள்ள முருகனை வாழ்த்துதல் வாழ்த்து பவருக்கு மிகவும் நன்றாகும்.

திருமகள் மானாக வள்ளிமலையில் உலவ, திருமால் சிவமுனிவராக இருந்து தவஞ் செய்தவர் அந்த மானைக் கண்டு காமுற்று நோக்க, அதனால் அம்மான் கருவுற்று வள்ளிநாயகியை ஈன்றது. அதனால், 'செம்மான் மகள்' என்றார்.

கோள் கொள்ளுதல். கைக்கோளனை - கையிலே கொள்ளுதலை உடையவனை. வானம் - தேவர்; ஆகுபெயர். பொருமா என்றாலும் மாவாய் நின்ற சூரன் அப்படி நிற்பதற்கு முன்பு பொருததையே குறித்தது. தரு மா -கனிகளைத் தரும் மாமரம் ; தருவாகிய மாமரம் என்றும் கொள்ளலாம். வாழ்த்துகை நாவின் செயல்; அது மனிதன் பெற்ற சிறப்பான கரணமாதலின் அதன் செயல் சால நன்றாயிற்று. நன்று- நன்மை தருவது.]

இது கந்தர் அலங்காரத்தில் வரும் 91-ஆம் பாட்டு.

தண்டையம் புண்டரிகம்

1

நீர் வேட்டவன்

நெடுநாள் பல இடங்களுக்கும் அலைந்து விடாய்த்தவன் ஒருவன் போன இடங்களிலெல்லாம் நல்ல தண்ணீர் கிடைக்காமல் மிகவும் துன்புற்றான். அழுக்கான புனலும், உப்பான புனலும், நாற்றமான புனலும் அவனுக்கு அகப்பட்டனவேயன்றி, தூய தண்ணீர் அவனுக்குக் கிடைக்கவே இல்லை. நல்ல தண்ணீர் எங்கே கிடைக்கும் என்று அவன் நாடித் தேடிக் கொண்டே இருந்தான். யாரோ ஒருவன் அந்தப் பக்கத்திலே நல்ல தண்ணீர் இல்லையென்றும், நெடுந்தூரம் சென்றால் குறிப்பிட்ட ஓரிடத்தில் தெளிவான பொய்கையில் நல்ல தண்ணீர் கிடைக்கும் என்றும் சொன்னான். உணவு கிடைப்பதை விட நீர் கிடைப்பது அவனுக்கு அரிதாக இருந்தது. அதனால் எப்படியாவது அந்தப் பொய்கையை அடைந்து விட வேண்டுமென்று அவன் முயற்சி செய்தான். அந்தப் பொய்கை இருக்கும் இடத்தைத் தேடிச் சென்றான். அதைப் பற்றிச் சொல்வார்கள் யாரேனும் இருந்தால் இன்னும் விளக்கமாக அவர்களிடம் அந்த வழியைக் கேட்டுத் தேடிச் சென்றான். அவன் தன் எண்ணத்தில் அந்தப் பொய்கையைப் பற்றிய கற்பனைகளை எல்லாம் சேர்த்துக் கொண்டான். யாரேனும் அங்கே போய்த் தண்ணீர் கொண்டு வந்திருந்தால் அவரிடம் சில மணி நேரம் உட்கார்ந்து அந்தப் பொய்கையைப் பற்றிய வருணனைகளைக் கேட்டான். அந்தத் தண்ணீர் தேன் போல இருக்கும் என்றும், மிகவும் குளிர்ந்து இருக்கும் என்றும், உண்டால் பல காலம் தாகமே எடுக்காத வகையில் அது நலம்

செய்யும் என்றும் அவர்கள் சொன்னார்கள். இப்படி அன்பர்கள் சொல்லச் சொல்ல அவனுக்கு மேலும் ஆசை வளர்ந்துகொண்டே வந்தது. முயற்சியும் அதிகமாயிற்று.

பொய்கை நீர்

கடைசியில் அந்தப் பொய்கையை அவன் அடைந்தான். அவனைப் போலவே வேறு சிலரும் நல்ல தண்ணீர் கிடைக்காத தொல்லையினால் பல இடங்களுக்குச் சென்று அலைந்து கடைசி யில் அந்த இடத்திற்கு வந்து சேர்ந்தார்கள். நெடுந் தூரத்தில் வரும்போதே அந்தப் பொய்கையிலிருந்து தண்மையான காற்று வீசியது. பல காலமாகக் காண வேண்டுமென்ற ஆசை இருந்தமையினால் தெளிவாகத் தெரிந்த அந்தப் பொய்கையை நெடுந்தூரத்தில் காணும் போதே அவன் உள்ளத்தில் உவகை உண்டாயிற்று. நல்ல தண்ணீர் கிடைக்குமா என்று ஏங்கி இருந்தவனுக்கு இப்போது அதனைக் காணுகின்ற பேறு கிடைத்தது. ஓடி வந்தான். அதனை நெருங்கிவிட்டான். அதன் அருகில் சென்று படியில் இறங்கினான். இரண்டு கையினாலும் மொண்டான். காணும் போதே கண் குளிர்ந்தது. இப்போது அதை மொள்ளும் போது கையும் குளிர்ந்தது. இரண்டு கையினாலும் மொண்டவன் அப்படியே உண்டான். அவன் இன்பத்தை என்னவென்று சொல்வது! அவனுடைய ஆயுளில் இதுவரையிலும் அத்தகைய தண்ணீரை அவன் உண்டதே இல்லை. உணவு கொள்ளவும் வேண்டாமல் இந்தத் தண்ணீரையே பருகிக் கொண்டிருக்கலாம் போல் இருக்கிறதே என்று அவன் எண்ணினான். மறுபடியும் கை நிறைய எடுத்து உண்டான். பலமுறை உண்ட பிறகு வயிறு நிரம்பிவிட்டது. அந்தப் பொய்கையின் கரையிலே உட்கார்ந்து கொண்டான். அவன் நல்ல தண்ணீருக்கு ஏங்கி எங்கெங்கோ அலைந்தானே, அந்தப் பழைய வரலாறுகள் எல்லாம் இப்போது நினைவுக்கு வந்தன.

பழைய அநுபவம்

மிகவும் ஆழமாகக் கிணற்றைத் தோண்டிப் பாதாளத்தி லிருந்து இப்போதும் பலவிடங்களில் தண்ணீரை எடுக்கிறார்கள். அப்படி ஆழமான கிணறுகளை வெட்டினாலும் சில சமயங்கள் மழை இன்மையினால் அந்தக் கிணறுகளில் தண்ணீர் இல்லாமல் போய்விடுகிறது. பதிற்றுப் பத்து என்ற நூலில் கொங்கு நாட்டி லுள்ள சிலவகைக் கிணறுகளைப் பற்றிய செய்தி வருகிறது.

அங்கே மிகவும் ஆழமான கிணறுகள் இருக்கின்றன. கிணற்றில் கயிற்றை விட்டுத் தண்ணீரை மொண்டு இழுக்க வேண்டும். இழுக்க இழுக்க மேலே கயிறு வந்து கொண்டிருக்குமேயன்றித் தண்ணீரைக் காண்பது எளிதன்று. ஆகையால் அதைக் 'கயிறு குறுமுகவை' என்று ஒரு புலவர் சொல்கிறார்.

இப்படியுள்ள கிணறுகளில் தண்ணீரை எடுத்துப் பார்த்துக் கிடைக்காமல் துன்புற்றவன் அவன். இப்போது கண்ணுக்கு முன்னாலே மிக விரிவாகப் பெரிய பொய்கை தண்ணீர் நிரம்பிக் காட்சி அளித்தது. இத்தகைய நீர் நிலையை அவன் கண்டதே இல்லை. யாரும் தடுத்து நிறுத்தவில்லை. சுதந்தரத்துடன் பொய்கையில் இறங்கிக் கை நிறைய மொண்டு, வாய் நிறையக் கொண்டு, வயிறு நிறைய உண்டான். இப்போது, இன்னும் கொஞ்சம் வயிறு குறைந்தால் தண்ணீரை எடுத்துப் பருகலாமே என்று அமர்ந்திருக் கிறான். இனிமேல் அவனுக்குத் தாகத்தைப் பற்றிக் கவலையில்லை. வெப்பத்தைப் பற்றிய துன்பம் இல்லை. அவனைப் போலவே பல பேர் அந்தப் பொய்கையை அண்டி வந்து, நீரை மொண்டு உண்டு இருக்கிறார்கள்.

அமுதப் பொய்கை

இது வெறும் பொய்கையைப் பற்றிய கதை. ஆனால் அந்தப் பொய்கை அமுதமாக இருந்தால் எப்படி இருக்கும்? நீர்

வெறும் தாகத்தை மாத்திரம் தீர்க்கிறது. அமுதமோ பிறவிப் பிணியையும், பெருந்துன்பமாகிய இறப்பையும் போக்குவது. அது அமுதத்தினாலே நிறைந்த பொய்கை. சுவை பொருந்திய அமுதம் பெற்ற பொய்கை இதுபோலக் கிடைப்பது அரிதுதான். தேவர்கள் பாற் கடலைக் கடைந்து கிடைத்த அமுதங்கூடப் பொய்கையாக இருக்கவில்லை; குடத்தில்தான் கிடைத்தது.

அமுதப் பெருங்கடல் என்று சொல்வதற்குரியது அது. அது தான் இறைவன் திருவடி. அதனை அடைந்து அமுத பானம் பண்ண வேண்டுமென்று தொண்டர்கள் மிகவும் முயற்சி செய்கிறார்கள். அவர்களுடைய லட்சியம் இறைவன் திருவடியைப் பற்றிக் கொள்ள வேண்டுமென்பதே. அந்த அடியோடு அன்பர்களுக்கு உள்ள தொடர்பு பல வகையானது.

திருவடிச் சிறப்பு

இறைவன் திருவடியை வெவ்வேறு வகையில் பல பெரியவர்கள் பாராட்டியிருக்கிறார்கள். அது தேன் சொரியும் மலர் என்றும், ஞானமே திருவுருவமானது என்றும், மோட்சமே உருவாக இருப் பது என்றும் சொல்வார்கள். ஞானம் என்பது அறிவு; இறைவனைத் தெளிவிக்கும் அறிவு. இறைவன் திருவடியை நம்பினவர்களுக்கு முதலில் ஞானம் உண்டாகும். பின்பு அதன் பயனாகப் பேரின்ப அநுபவம் உண்டாகும். அறிவை உண்டாக்கத் துணை நிற்பது போலவே அநுபவத்தை உண்டாக்குவதற்கும் துணையாக இருப்பது அது. சாதனமாக இருக்கும்போது ஞானமாகவும், சாத்தியமாக இருக்கும்போது பேரின்ப அனுபவமாகவும் அது இருக்கும். ஒரு கம்பளியை வைத்துக் கொண்டிருக்கிறவன் வீட்டுக்குப் போகும் போது குளிருக்கு அதைப் போர்த்திக் கொண்டு போகிறான். வீட்டுக்குப் போனவுடன் அதையே படுக்கையாக விரித்துப் படுத்துக் கொள்கிறான். வழியில் துணை செய்ததும் அதுதான். வீட்டில் துணையாக இருப்பதும் அதுதான். அந்த வகையில் எம் பெருமான் திருவடி அன்பர்களுக்கு ஞானமாக முதலில் தோன்றி, பின்பு ஆனந்தமாக நிற்கும். இந்த

இரண்டையும் அருணகிரிநாதர் சொல்கிறார். இப்போது பார்க்கப் போகும் பாடலில் அவன் திருவடி சுத்த ஞானமாக இருக்கும் என்று சொல்லப் போகிறார். வேறு ஓரிடத்தில்,

"பொக்கக் குடிலில் புகுதாவகை புண்டரிகத்தினும்
செக்கச் சிவந்த கழல்வீடு தந்தருள்"

என்று அந்தக் திருவடியையே வீடாகச் சொன்னார். எம் பெருமானே ஞானத் திருவுருக் கொண்டவன்.

"நீயான ஞான வினோதந்தனை என்று நீயருள்வாய்
சேயான வேல் கந்தனே"

என்று முன்பு ஒரு பாடலில் அருணகிரி நாதர் சொன்னதைப் பார்த்தோம். முருகனை, ஞான பண்டித சாமி" என்று திருப்புகழில் பாடுவார்.

முருகன் ஞானமே உருவானவன் என்றால் அவன் திருவடி ஞானம் என்பதில் தவறு என்ன? கற்கண்டுக் கட்டியில் எந்தப் பகுதியும் இனிப்புடையதுதானே?

இறைவனுடைய திருஉருவம் எல்லை கடந்தது. அதனை முழுவதும் காண்பதற்கு நம்மால் முடியாது. ஆனால் அவனுடைய திருவடி நாம் காணும் வகையில் நிலத்தில் நடப்பது; நாம் இருக்கும் பூமியில் படர்ந்து நலம் செய்வது. ஆதலின் நாம் அவனோடு தொடர்பு உடையவர் ஆக வேண்டுமானால் அவன் திருவடியைப் பற்றிக் கொள்ள வேண்டும். மெல்ல நடந்து பழகுகிற குழந்தை தாய் நடக்கும்போது அவள் முழங்காலைக் கட்டிக் கொள்கிறது. அந்தக் குழந்தை தாயின் முழங்காலுக்குத்தான் வரும். ஆகையால்தான் முழங்காலைப் பற்றிக் கொள்கிறது. நாமோ ஆண்டவனுடைய திருவடி அளவிற்குக்கூட வரமாட்டோம். அவன் உருவத்தை எப்படி முற்றும் பற்றிக் கொள்ள இயலும்?

இறைவன் திருவடி எல்லாத் தத்துவங்களுக்கும் அடிப் படையானது. எம்பெருமான் திருவுருவத்துடன் எழுந்தருளும்

போது பலவகை உறுப்புகளுடன் வருகிறான். அந்தத் திருவுருவத்தில் திருவடியை நாம் காணவேண்டுமென்று அதனை வெளிப்படையாகக் காட்டி அலங்காரம் செய்வார்கள்; மறைக்கிற வழக்கம் இல்லை. நடராசப் பெருமான் தன்னுடைய திருவடிகளுள் ஒன்றை மேலே தூக்கிக் காட்டுகிறான். அதைக் குஞ்சித பாதப் என்பார்கள். அதனையே முத்தி என்று சொல்வது வழக்கம். எல்லோரும் காண எடுத்துக் காட்டிய திருவடி அது. எல்லோருக்கும் லட்சியப் பொருளாக நிலவுகிறது அது.

தொண்டர் காணும் முறை

அருணகிரியார் முருகப் பெருமானுடைய திருவடித் தொடர்பை இரந்து வேண்டுகிறார். அந்தத் திருவடி ஞான சொரூபமாக இருக்கிறது என்று சொல்கிறார். அது தத்துவத்தில் ஞானமாகவும், உருவத்தில் தண்டையம் புண்டரிகமாகவும், பயனில் தொண்டர் கண்டு அண்டி மொண்டு ஆழ்ந்து விடுவதாகவும் விளங்குகிறது. ஞானம் பெற்று இறைவனை அடையவேண்டுமென்று சிலர் சொல்வார்கள். ஆனால் எம்பெருமானுடைய திருத்தொண்டைச் செய்வதே தம்முடைய செயலாக வாழ்கின்ற பக்தர்களுக்கு இறைவனுடைய திருவடியே ஞானமாக வந்து அமையும். மனம், வாக்கு, காயம் என்னும் மூன்று கரணங்களினாலும் அவனுக்குத் தொண்டு புரிபவர்கள் தொண்டர்கள். மனத்தால் அவனைத் தியானித்து, வாயினால் அவன் திருப்புகழை ஓதி, உடம்பினால் அவன் திருக்கோயிலை வலம் செய்து வாழ்க்கை நடத்துகிறவர்கள் அவர்கள். அவர்கள் அங்கங்கள் எல்லாம் பயன்படும்படி ஆண்டவன் அங்கங்களை மேற்கொண்டு வருகிறான். அவர்கள் கண் காணத் திருவுருவத்தை எடுத்துக் கொண்டு வருகிறான். கோயில்களிலுள்ள மூர்த்தியாக அவன் எழுந்தருளியிருக்கிறான். அந்தக் கோயிலைச் சென்று அடைந்து அவனுடைய திரு வுருவத்தை ஆசையோடு காண்கிறார்கள் தொண்டர்கள். அப்படிக் காணும் திருவுருவத்தில் அவர்கள் மிக்க காதலோடு காணுகின்ற பகுதி

அவனுடைய திருவடி. அதைக் கண்டு கண்டு மெல்ல மெல்ல நெருங்குகிறார்கள்.

நெடுந்தூரத்திலே முருகப் பெருமானுடைய திருவுருவப் பேரெழிலைக் கண்டு பின்பு அவனை அணுகி, அவனுடைய திருவடியை நன்கு கண்டு மொள்ளுகிறார்கள். அவன் எழிலை மொண்டு இன்புறுகிறார்கள். அநுபவத்தைப் பெறுகிறார்கள். கண் காண்பதற்கும், ஆவல் அண்டுவதற்கும், கருத்து மொள்ளு வதற்கும், உயிர் உண்பதற்கும் கருவியாக விளங்குகின்றன. நாம் ஆண்டவனுடைய கோயிலுக்குச் சென்று காணும் அளவில் நிற் கிறோம். நெருங்குவதும் இல்லை. உடம்பினால் நெருங்குவது அன்று; மனத்தினால் நெருங்குவது. ஒரு பொருளை நாம் நெருங்கி விட்டால் அதையன்றி வேறு எதனிடமும் சாரமாட்டோம். வேறு ஒன்றும் நம்மை அண்டாது. பிறவற்றில் நம் காட்சியோ ஆசையோ செல்லாது. காணுவது முதல் படி. அணுகுவது இரண்டாவது படி.

இலையில் உட்காராமல் சுற்றிக் கொண்டிருந்தால் அதில் உள்ள உணவை உண்ண முடியாது. அந்த இலைக்கு அருகில் உட்கார வேண்டும்.

இறைவன் திருவடியைக் கண்டு மகிழ்வது வேறு. அண்டி மகிழ்வது வேறு. மற்றவற்றையெல்லாம் மறந்து அந்தத் திருவடி யின் பேரெழிலில் மனத்தை லயிக்க விட்டுப் பிறிதொன்றையும் காணாத நிலையில் நிற்பதுதான் அண்டி நிற்றல். பின்பு அதனை மொண்டு நிற்க வேண்டும். மொள்ளுவது என்றால் எந்தப் பொருளால் மொள்ளுகிறோமோ அது நிரம்புவது. கண்ணும் கருத்தும் நிரம்பும்படியாக நம்முடைய பக்தி இருந்தால் அப்போது மொண்டவர்கள் ஆவோம். குடத்திலே பொய்கை நீரை எடுத்து விடுவது வேறு. குடத்தில் நீரை விட்டால் குடம் நிரம்பியும் இருக்கலாம்; அரைகுறையாகவும் இருக்கலாம். மொண்டால் நிச்சயமாகக் குடம் நிரம்பிவிடும். அப்படி இறைவனுடைய திருவடிப் பேரெழிலில் கண்ணையும் கருத்தையும் மூழ்க அடிக்க வேண்டும். வேறு ஒன்றுக்கும்

அவற்றில் இடம் இருக்கக்கூடாது. அந்தப் பெருமானுடைய திருவடியை மொண்ட பிறகு அநுபவம் உண்டாகும். கண்ணினாலே கண்டு, கருத்தினாலே உணர்வதனால் அந்த அநுபவம் ஏற்படும்.

சுந்தரர் அநுபவம்

சுந்தரமூர்த்தி நாயனாருக்கு இறைவனுடைய காட்சியைக் கண்டவுடன் பேரானந்தப் பெருக்கு விளைந்ததாம். அந்த நாயனார் தில்லையில் திருக்கூத்தாடும் நடராசப் பெருமானைத் தரிசித்தார். கண்ணாலே கண்டு அண்டி மொண்டார். பின்பு ஆனந்தத்தை உண்டார். இதனைச் சேக்கிழார் பெருமான் சொல்கிறார்.

"ஐந்துபேர் அறிவும் கண்களே கொள்ள
அளப்பரும் கரணங்கள் நான்கும்
சிந்தையே ஆகக் குணம்ஒரு மூன்றும்
திருந்துசாத் துவிகமே ஆக இந்துவாழ்
சடையான் ஆடும்ஆ னந்த
எல்லையில் தனிப்பெருங் கூத்தின்
வந்தபேர் இன்ப வெள்ளத்துள் திளைத்து
மாறிலா மகிழ்ச்சியின் மலர்ந்தார்."

மாறிலாத மகிழ்ச்சியில், பேரின்ப அநுபவ வெள்ளத்தில், திளைத்து இன்புற்ற சுந்தரருக்கு இந்திரியங்களை அடக்கிய சமாதி நிலையில் எத்தகைய இன்பம் உண்டாகுமோ அத்தகைய இன்பம் உண்டாயிற்று. இது வருவதற்குத் தொடக்கமாக இருந்தது காட்சி.

காது கேளாமல் இருந்தால் செவிடு என்று சொல்கிறோம். அவனைக் காதில்லாதவன் என்றும் சொல்வதுண்டு. தோலினால் அமைந்த காது இருந்தாலும் கேட்கின்ற தன்மை இல்லாவிட்டால் காது இல்லாதவன் என்று சொல்லும் வழக்கம் இருக்கிறது. காதென்னும் உறுப்பு இருந்தாலும் கேளாத நிலை இரண்டு விதத்தில் வரும். இயற்கையாகச் செவிடாக இருப்பவனுக்குக் காது கேட்பது இல்லை. சில

சமயங்களில் நாம் எங்காவது பாராக்குப் பார்த்துக் கொண்டிருந்தால் பிறர் சொல்வது காதில் விழுகிறது இல்லை. தூங்கும் பொழுதும் காது கேட்கிறது இல்லை; இயல்பாகக் காது கேட்கும் உணர்வு போக, ஒருவகைச் செவிட்டு நிலை வந்துவிடுகிறது. ஒன்றிலே மனம் லயித்துவிட்டபோது காது கேளாத நிலை இருப்பதைப் பார்க்கிறோம். புத்தகத்தை ஒருவன் படித்துக் கொண்டிருக்கிறான். பக்கத்திலிருந்து யாரே னும் ஒருவன் மெல்லக் கூப்பிட்டால் அவன் காதில் விழாது. காற்று அடித்தாலும் தெரியாது. அவனுக்குப் புத்தகத்தின் மேலே கண். மற்றவற்றை எல்லாம் மறந்துவிடுகிறான். ஏதேனும் ஒரு பொறி தீவிரமாக இருக்கிற போது மற்றவை எல்லாம் தம் வலுவை இழந்து நிற்கிறது இயல்பு. அந்தப் பொறியினிடத்தில் எத்தனைக்கு எத்தனை ஈடுபாடு மிகுதியாக இருக்கிறதோ அத்தனைக்கு அத்தனை மற்றப் பொறிகள் தம் ஆற்றலை இழந்து நிற்கும்.

முதலில் சுந்தரமூர்த்தி நாயனாருடைய கண் தில்லைச் சிற்றம்பலத்தில் இறைவனுடைய திருவுருவத்தைப் பார்க்கத் தொடங்கியது. அந்தக் காட்சி வர வர உரம் பெற்றது. மற்றப் பொறிகள் எல்லாம் தம்முடைய ஆற்றலை இழந்தன. ஒலி எதுவும் அவர் காதில் விழவில்லை. மெல்ல வீசிய காற்றை அவர் உணரவில்லை. அவர் வாயிலே தேன் சொட்டினாலும் அப்போது அவருக்குச் சுவை தெரியாது. மணத்தை அவருடைய நாசி தெரிந்து கொள்ளவில்லை. ஐந்து சன்னல்கள் உள்ள ஓர் அறையில் மற்ற நான்கு சன்னல்களை அடைத்து விட்டால் எப்படி ஒரு சன்னல் வழியாக அதிகக் காற்று வருமோ அப்படிக் கண் ஒன்று மாத்திரம் வேலை செய்ய மற்றப் பொறிகளெல்லாம் அடங்கி நின்றன. ஐந்து பொறி அறிவையும் கண்களே கொண்டன. பின்பு அடுத்தபடியாக அவருடைய அந்தக்கரணம் வேலை செய்யத் தொடங்கியது. மனம்,புத்தி,சித்தம், அகங்காரம் என்று அந்தக்கரணம் நான்கு வகைப்படும். இவற்றில் ஒன்றைப் பற்றிக் கொள்ளும் தன்மை உடையது சித்தம். அதனை சிந்தை என்றும் சொல்வார்கள். அந்தக்கரணத்திலுள்ள ஏனைய மூன்று

பகுதிகளும் அடங்கி நிற்க, உறுதியாக ஒன்றைப் பற்றிக் கொள்ளும் சித்தம் மாத்திரம் தன் வேலையைச் செய்தது. நடராசப் பெருமானைக் கண்கள் காண, அதனாலே எழுந்த உணர்ச்சி உரம் பெற்று உறுதியாகச் சிந்தை மட்டும் தொழிற்பட்டது. பின்பு மூன்று குணங்கள் அமைந்திருந்த மனத்தில் ஏனைய குணங்கள் அடங்கி நிற்க, சத்துவ குணம் மாத்திரம் மலர்ந்து நின்றது. கண் வாயிலாகச் சென்ற காட்சி அந்தக்கரணத்தினூடே சென்று உறுதியை உண்டாக்கி, மற்றக் குணங்கள் தாழ்ந்து சத்துவம் தலையெடுக்கச் செய்யவே, அப்போது ஆனந்தக் கிளர்ச்சி உண்டாயிற்று.

முன்பு சொன்ன பாட்டிலே இந்த அநுபவத்தைத்தான் சேக்கிழார் சொன்னார். மற்றவர்கள் எல்லாம் காணுகின்ற காட்சி போன்றது அன்று இது. காட்சி வாயிலாகவும், கருத்து இடைகழி யாகவும், அநுபவம் உள் அறையாகவும் இருக்கிற நிகழ்ச்சி இது. கண்ணினால் கண்டு, பின்பு உள்ளே சென்று கருத்தினால் மொண்டு, பின்பு அதற்கும் உள்ளே சென்று உயிரினால் உண்ண வேண்டும். கண் என்பது வாயில். உள்ளம் என்பது இடைகழி. உயிர் என்பது கடைசி அறை. கண்ணிலே காட்சியாகத் தோற்றியது ஓர் அநுபவம். கருத்திலே இது உணர்ச்சியாக மாறி உயிரிலே ஆனந்தமாகக் கனிந்துவிடும். இதற்கு வாயில் கண்; வழியாக இருப்பது கருத்து; முடிவாக இருப்பது உயிர். அருணகிரிநாதப் பெருமான் இந்த மூன்றையும் சொல்கிறார். காணுதல் ஒன்று. அண்டி மொள்ளுதல் ஒன்று. உண்டு இருத்தல் ஒன்று. காணுதல் அன்பர்களுக்கே உரியது. அண்டின பிறகு மொள்ளுதல் தீவிரமாக உள்ள அன்பர்களுக்குரிய செயல். பின்பு உண்ணுதல் அநுபவின் களுக்குரிய செயல். அப்படி உண்ணும் அநுபவம் மாறாமல் இருக்க வேண்டும்.

கண்டு அண்டி மொண்டு உண்ணுதல்

முருகப்பெருமானுடைய திருவடியைத் தொண்டர்கள் காண் கிறார்கள். பின்பு அதை அண்டி மொண்டு உண்டு இருக்கிறார் களாம். காணும்போது புண்டரிகமாகக் காட்சி தருகிறது;

அண்டும் பொழுது தண்டையம் புண்டரிகமாகக் காட்சி தந்து, மொள்ளும் போது ஞானமாகக் காட்சி தந்து, உண்டு இருக்கும்போது சுத்த ஞானமாகக் காட்சி தருகிறது. ஞானம் என்பது சத்துவமான அறிவு. சுத்த ஞானம் என்பது ஞானமே அனுபவமான நிலை. அதை ஞானானந்தம் என்று பேசுவார்கள். ஞாதுரு ஞான ஞேயம் என்ற திரிபுடி நிலையில் உள்ள ஞானம் வேறு; லட்சியமான ஞானானந்தம் வேறு. சத், சித், ஆனந்தம் என்று சொல்கிற முறையில் சித் என்பது ஒன்று; அது ஞானம். அதுவும் அநுபவந்தான். அந்த அநு பவப்பொருளைப் பிரக்ஞானம் என்று மகா வாக்கியம் கூறுகிறது.

புண்டரிகம்

முருகப்பெருமானுடைய திருவடி கண்ணிலே காணும் போது தாமரையைப் போன்ற தோற்றத்தை அளிக்கிறது. தாமரை மலர்களிலெல்லாம் மிகச் சிறந்தது. நல்ல மலர்களைக் கண்ணாலே கண்டால் கண்ணுக்கு நல்லது என்று சொல்வார்கள். அந்த மலரை அண்டிக் கண்டால், கண்ணில் ஒற்றிக் கொண்டால், கண்ணிலுள்ள வெதுப்புப் போகும். தொண்டர்கள் முருகப் பெருமானுடைய திருவடியைப் புண்டரிகமாகக் கண்டு போற்றுவார்கள். அது அன்பு நிரம்பிய உள்ளமாகிய பொய்கையில் பூப்பது. ஞான மணம் கமழ்வது. வேதம் என்னும் வண்டு ஓலம் இடுகின்ற மலர் அது. இவ்வாறு பக்தர்கள் அந்தத் தாமரையைப் பாராட்டுகிறார்கள்.

தண்டையம் புண்டரிகம்

அது தண்டையை அணிந்து விளங்குகிறது. சேற்றிலே பூக்கிற வெறும் தாமரையைப் போலில்லாமல் அது நடக்கும் தாமரையாக இருக்கிறது. தாமரை நடக்காதே! ஓரிடத்தில் நிலை யாகத்தானே இருக்கும்? இதுவோ நடக்கிற தாமரை. ஆண்டவன் தண்டை அணிந்த திருவடி உடையவன். தண்டை என்ற அணி தன்னை யணிந்த திருவடியின் இளமையைக் காட்டுகிறது. முருகன் இளம் குழந்தை. பார்க்கப் பார்க்க

இன்பம் தரும் தளர் நடை யிட்டு வரும் அழகான திருவடி அவன் திருவடி. மெத்தென்ற தளர்நடையிட்டுப் பக்தர்களுடைய உள்ளத்தில் உலாவரும் சீறடி. அதை நோக்கும் போது கண்ணுக்குத் தாமரை போல எழில் தருவ தோடு, அதில் உள்ள தண்டை காதுக்கு இனிய ஒலியைத் தரும்.

"திருவடியும் தண்டையும் சிலம்பும்"

என்று வேறு ஓரிடத்தில் சொல்கிறார்.

"தண்டையணி வெண்டையம் கிண்கிணி சதங்கையும்
தண்கழல் சிலம்புடன் கொஞ்சவேநின்"

என்று திருப்புகழில் அருணகிரியார் பாடுவார்.

காணுகின்ற அன்பர்களுக்கு முருகனுடைய திருவடி தாமரை மலராகத் தெரியும். கண்டு அண்டுகின்றவர்களுக்கு தாமரையாகக் கண்ணுக்குக் காட்சி தருவதோடு அதன் தண்டை ஒலியும் கேட்கும். சேரமான் பெருமாள் நாயனார் அறுபத்து மூன்று நாயன்மார்களில் ஒருவர். சுந்தரமூர்த்தி நாயனாருடைய நண்பர். அவர் நாள்தோறும் நடராசப் பெருமானைப் பூசிப்பது வழக்கம். அவர் இருந்த இடம் வஞ்சிமா நகரம். ஒவ்வொரு நாளும் பூசை முடிந்த தருணத்தில் நடராசப் பெருமானின் சிலம்பொலி கேட்குமாம். அப்படிக் கேட்டால் ஆண்டவன் தம் பூசையை ஏற்றுக் கொண்டான் என்று அவர் மன நிறைவு பெறுவார். ஒரு நாள் பூசை செய்யும் போது அந்த ஒலி கேட்கவில்லை. சற்றே தாமதமாகக் கேட்டது. அவர் அப்போது, 'நாம் ஏதோ தவறு இழைத்து விட்டோம். அதனால்தான் சிலம்பொலி கேட்க நேரம் ஆயிற்று' என்று வருந்தினார். அந்த வருத்தத்தைப் போக்க ஆண்டவன், 'தில்லையில் தரிசனம் பண்ணுவதற்குச் சுந்தரமூர்த்தி வந்திருந்தான். அதனால் இந்த ஒலி கேட்கச் செய்ய நேரம் ஆயிற்று என்று அருளினானாம். சிறந்த நாயனாராகிய சேரமான் பெருமாள் நடராசப் பெருமானுடைய திருவடி தரிசனத்தைக் கண்டு,

சிலம்பொலியையும் கேட்டார் என்று இந்த வரலாறு தெரிவிக்கிறது. நெருங்கின அன்பர்களுக்குப் பாதச் சிலம்பொலி கேட்கும் என்பதை இந்த வரலாற்றினால் உணர்ந்து கொள்ளலாம்.

ஞானமெனும் தண்டையம் புண்டரிகம்

எனவே, முருகப் பெருமானுடைய திருவடியைக் கண்டு அண்டுகிற தொண்டர்கள் தண்டையின் ஒலியையும் கேட்பார்கள். அந்தத் திருவடியை முதலில் கண்ணினாலே கண்டு, பின்பு அண்டி நின்று, கருத்தினாலே மொண்டு பார்க்கும் அன்பர்களுக்கு அது வெறும் தண்டையம் புண்டரிகமாகத் தோன்றாமல் ஞானமாகத் தோன்றும். ஞானம் பெற்றவர்கள் உலகத்திலுள்ள பொருள்களை முன் பார்த்த பார்வையும், இப்போது பார்க்கின்ற பார்வையும் வேறாக இருக்கும். அகத்தில் கண் கொண்டு பார்க்கும் போது பொருள்களின் இயற்கை வடிவம் தோன்றும். இறைவனுடைய திருவடிகளாகிய தண்டையம் புண்டரிகத்தைக் கண்டு, அண்டி, மொண்டு நின்றால் அந்தப் புண்டரிகமே ஞானமயமாக நின்று ஒளிவிடும். அப்போது எல்லாப் பொருள்களையும் தெள்ளத் தெளியத் தெரிந்து கொள்ளலாம்.

ஞான விளக்கு

மீனாட்சி அம்மை பிள்ளைத் தமிழில் குமரகுருபரர் இந்தக் கருத்தை வேறு ஒருவகையில் சொல்வார்.
எம்பெருமாட்டியாகிய மீனாட்சி அம்மையைத் தொண்டர்கள் தம் உள்ளத் தடத்தில் வைத்துக் கொள்கிறார்களாம். அவள் அங்கே விளக்காக இருக்கிறாள். விளக்கு, தன் ஒளியினால் தன்னைக் காட்டிப் பிற பொருள்களையும் காட்டும். விளக்கு இல்லாத இடத்தில் இன்ன பொருள் இருக்கிறது என்று தெரியாது. விளக்கை ஏற்றின பிறகு அங்கேயுள்ள பொருள்களும், சுற்றிச் சூழ இருக்கிற பொருள்களும் விளங்கும். அந்த வகையில் எம்பெருமாட்டியைத் தம்முடைய

திருவுள்ளத்தில் அகந்தைக் கிழங்கை அகழ்ந்தெடுத்து வைத்துப் போற்றுகிறவர்களுக்கு இந்த உலகம் முழுவதும் நன்றாக வெளிச்சமாகத் தெரியும்.

"அகந்தைக் கிழங்கை அகழ்ந்தெடுக்கும்
தொழும்பர் உளக்கோயிற் கேற்றும் விளக்கே"

என்று பாடுகிறார். இங்கேயோ, தண்டையம் புண்டரிகமாக இருக்கிற திருவடி உள்ளத் தடத்தில் ஞானத் திருவிளக்காக விளங்கும். அது பின்னும் உயிரோடு கலந்தால் சுத்த ஞான அநுபவமாக விளங்கும்.

தொண்டர் கண்டு அண்டி மொண்டு உண்டிருக்கும்
சுத்தஞானம் எனும், தண்டையம் புண்டரிகம்.

படிப்படியாக ஏறுதல்

கோயிலுக்குச் சென்று இறைவனுடைய திருவுருவத்தைக் காண்கிறோம். சிலர் கோயிலில் பிராகாரங்களை எல்லாம் கண்டு அங்கேயுள்ள நந்தவனத்தையும், சிற்பங்களையும், மண்டபத்திற்கு வரும் வழியையும் கண்ட அளவில் வந்துவிடுகிறார்கள். அவர் கள் கோயிலைப் பார்த்தார்களே யன்றி அதனால் உண்டாகும் பயனைப் பெறவில்லை. கோயிலைப் பார்த்த அளவில் நிற்பது பயன் அளிக்காது. கோயிலுக்குச் சென்று பார்ப்பதோடு அவற்றுக்கு அப்பால் கர்ப்பக்கிருகத்தை அணுகி இறைவன் திருவுரு வத்தைத் தரிசிக்க வேண்டும். கோயிலை மாத்திரம் பார்த்து இறைவன் விக்கிரகத்தைக் காணாதவன் எப்படிப் பயனை விட்டவன் ஆகிறானோ அப்படியே கோயிலுக்குள் சென்று இறைவன் திருவுருவத்தைக் கண்டு அவன் அடியைப் பாராமல் இருக்கிறவனும் ஆவான். திருவடியைக் கண்டவன் கூட முழுப் பயனைப் பெற்றவன் என்று சொல்ல முடியாது. அந்தத் திருவடியைக் காண்பது அன்பர்களுடைய நிலையின் முதல் படி. மற்றவர்கள் எல்லாம் வேடிக்கை பார்க்க வந்தவர்கள். இறைவன் திருவடியைக் காண முந்துகிறபோதுதான் அவர்கள் அநுபவமாகிய எல்லையில் கால் எடுத்து வைக்க

முயல்கிறார்கள். திருவடியைக் காணுவது கூட முற்றிய நிலையாகாது.கண்டு அண்ட வேண்டும். பின்பு புறக் கண்ணினாலே கண்டதை அகக் கண்ணினாலே காண வேண்டும். அதுதான் மொள்ளும் நிலை. அப்புறம் அந்த நிலையினின்றும் பின்னும் உள்ளேபோய் உயிரோடு இணைந்து அநுபவம் பெற வேண்டும்.

கோயிலுக்குச் சென்று இறைவனைக் கண்டு அதனால் தம்மை மறக்கின்ற இன்பம் சுந்தரமூர்த்தி சுவாமிகள் அடைந்தார் என்றும், அவர் இந்த மூன்று நிலையையும் படிப்படியாகக் கடந்து இன்புற்றார் என்றும் தெரிந்து கொண்டோம். முருகப்பெருமான் தன் திருவடியை, நமக்குத் தண்டையம் புண்டரிகமாகக் காட்டி னால் போதாது; சுத்த ஞானமாகத் தர வேண்டும். அப்படித் தந்தால்தான் முடிந்த முடிபாகிய பேரின்ப அனுபவம் நமக்கு உண்டாகும். தொண்டர்கள் காணும் புண்டரிகம், கண்டு அண்டும் தண்டையம் புண்டரிகம், கண்டு அண்டி மொள்ளும் ஞானமெனும் த ண்டையம் புண்டரிகம், கண்டு அண்டி மொண்டு உண்டிருக்கும் சுத்த ஞானமெனும் தண்டையம் புண்டரிகம் என்று படிப்படி யாகச் செயலும் அநுபவமும் ஏறிவரும் வகையில் பார்க்க வேண்டும்.

நிறையப் பணம் வைத்த பெட்டி ஒன்று நமக்குக் கிடைக் கிறது. அந்தப் பெட்டியை வீட்டுக்குக் கொண்டு வருகிறோம். மிக அதிக விலையுள்ள விற்பிடி மாணிக்கம் ஒன்று அந்தப் பெட்டியில் இருக்கிறது என்று அதைக் கொடுத்தவர் சொல்கிறார்.

பெட்டியைக் கொண்டு வந்து சாவி போட்டுத் திறக்கிறோம். அந்தப் பெட்டிக்குள் பல அறைகள் இருக்கின்றன. நடு அறை ஒன்று இருக்கிறது. அதையும் திறக்கிறோம். அதற்குள்ளேதான் ரத்தினம் ஒரு கிழியில் கட்டி வைக்கப்பட்டிருக்கிறது. அந்தத் துணியை எடுத்து, முடிச்சை அவிழ்த்துப் பின்பு ரத்தினத்தை எடுத்துக் கொள்கிறோம். பெட்டி ரத்தினம் உடையதாக இருந்தாலும் அதனைத் திறந்து, அறையையும் திறந்து,

முடிச்சையும் அவிழ்த்த பிறகுதான் ரத்தினத்தைக் கையில் எடுத்துக் காண முடியும்.

அவ்வாறே, படிப்படியாக நம் சாதனம் உயர வேண்டும். கோயிலில் ஆண்டவன், திருவடியுடன் கூடிய உருவத்தோடு நமக்கு இன்பம் தருகின்ற நிலையில் விளங்கினாலும் அவனைத் தரிசிக்கும் முறையில் தரிசித்து இன்பம் அநுபவித்தவர்கள் சிலரே. கோயிலை மாத்திரம் தரிசித்து வருபவர்கள் பலர். கோயிலைத் தரிசித்து இறைவன் திருவுருவத்தையும் கண்டு வருகிறவர்கள் சிலர். திருவுருவத்தைப் பார்ப்பதோடு திருவடியைக் கண்டு வருகிறவர்கள் ஒன்றிரண்டு பேர்கள்தாம்! கண்டு, மொண்டு அகக்கண்ணிலே தேக்கிப் பேரின்ப அநுபவத்தைப் பெறுகிறவர் எங்கோ லட்சத்தில், கோடியில் ஒருவர். கோயிலுக்குப் போவது, திருவுருவத்தைப் பார்ப்பது, திருவடியைக் கண்டு தரிசிப்பது, திருவடியைப் புறக்கண்ணிலே காண்பதோடு அகக் கண்ணிலே காண்பது என்பவற்றில் ஒவ்வொன்றும் அடுத்ததற்குப் படியாக இருக்குமானால் அந்த முயற்சிக்குப் பலன் உண்டு.

அருணகிரிநாதப் பெருமான் முருகனிடத்தில் வேண்டுகிறார். "எம்பெருமானே! எனக்குத் தொண்டர்கள் காணுகின்ற புண்டரிகத்தைத் தர வேண்டும். அவர்கள் கண்டு அண்டுகின்ற தண்டையம் புண்டரிகத்தைத் தர வேண்டும். கண்டு அண்டி மொண்டு இருக்கிற ஞானம் எனும் தண்டையம் புண்டரிகத்தைத் தர வேண்டும். கண்டு, அண்டிமொண்டு உண்டிருக்கும் சுத்த ஞானம் எனும் தண்டையம் புண்டரிகத்தைத் தரவேண்டும்" என்று படிப்படியாக அடுக்கிக் காண்பதற்கு ஏற்றபடி பாடுகிறார்.

தொண்டர் கண்டு அண்டி மொண்டு உண்டு
இருக்கும் சுத்த ஞானம்எனும்
தண்டையம் புண்டரிகம் தருவாய்.

2

முருகன் வீரம்

முருகப் பெருமானுடைய பெரு வீரத்தைப் பின் இரண்டு அடிகளில் அருணகிரியார் சொல்கிறார். அவன் வேலைப் பிரயோகம் செய்வதற்கு முன்னால் சூரன் தேவலோகத்தை ஆக்கிரமித்துக் கொண்டு வந்தான். அவன் கொடுமையானவன். கொடிய தண்டனை செய்கின்ற தீய குணம் உடையவன்.

சண்ட தண்ட வெஞ்சூர்
மண்டலம் கொண்டுபண்டு அண்டர்
அண்டம்கொண்டு மண்டிமிண்டக்
கண்டு உருண்டு அண்டர்விண்டு ஓடாமல்
வேல்தொட்ட காவலனே.

அவன் தேவலோகத்தை முற்றுகையிட்டு வட்டமிட்டான். அவன் மண்டலம் கொண்டானாம். அது பழைய கதை. தேவர் களுக்குரிய உலகத்தைத் தன்னுடையதாக்கிக் கொண்டு மேலும் மேலும் நெருங்கி வீறு பெற்று வந்தான். தேவலோகத்தை அவன் தன்னுடையதாகக் கொண்ட பிறகு தேவர்கள் பலர் அவனுக்கு அடிமையானார்கள். பலர் அவன் வருகிறான் என்று கண்டு ஓடினார்கள். ஓடும்போது கீழே வீழ்ந்து உருண்டார்கள். சூரபன்மாவினுடைய பெயரைக் கேட்ட மாத்திரத்தில் தேவர்களுக்கு அச்சம் உண்டாயிற்று. அப்போதே ஓடத் தொடங்கினார்கள். ஒருவர் மேல் ஒருவர் உருண்டு ஓடினார்கள். அவன் பிடிக்கு அகப்பட்டு விட்டால் நம்மைக் கொன்று விடுவானே என்ற அச்சத்தால் நான் முன், நீ முன் என்று ஓடிக்கொண்டே இருந்தார்கள். அந்த நிலையை முருகப் பெருமான் மாற்றினான். தன்னுடைய திருக் கரத்திலுள்ள வேலாயுதத்தை எடுத்து வீசிச் சூரனை அழித்தான்.

இருவகை அமைதி

தேவர்கள் மிகப் பழங்காலத்தில் அமைதியாக வாழ்ந்தார்கள். தங்கள் தங்கள் பதவியிலே பற்றை வளர்த்து, அந்தப் பதவியில் மோகம் வைத்துக் கடவுளை மறந்து வாழ்ந்தார்கள். தங்கள் நிலை என்றும் மாறாதது என்ற எண்ணம் கொண்டவர்களைப் போல அவற்றையெல்லாம் தங்களுக்கு அளித்த இறைவனைக்கூட மறந்து இருந்தார்கள். செல்வச் செருக்கினாலும் ஆற்றலால் உண்டான ஆணவத்தாலும் அவர்கள் தங்களை மலை போல எண்ணிக் கொண்டு ஆடாமல் அசையாமல் இருந்தார்கள். அத்தகையவர்களுடைய செருக்கைப் போக்கும் பொருட்டு ஆண்டவன் சூரனை உண்டாக்கினான். பெரும் காற்று வந்தால் பிரளய காலத்தில் மலைகள் எல்லாம் உருண்டு ஓடும் என்று சொல்வார்கள். மற்றக் காலத்தில் காற்றைத் தாங்கிக் கொண்டு துளக்கமில்லாமல் இருப்பதனால் மலைக்கு அசலம் என்று பெயர். தேவர்கள் அப்படித்தான் சிறு சிறு துன்பங்கள் வந்தால் அவற்றைப் பொருட்படுத்தாமல் மலை போல நிமிர்ந்து நின்றார்கள். அமராவதியையும், தேவலோகத்தையும் தமக்குரிய இடமாகப் பெற்று வாழ்ந்தார்கள். உலகத்தில் தம்மை வாழ்த்துகின்ற மக்களுக்கு நலம் செய்துகொண்டு எல்லோருக்கும் மேலானவர் களாகத் தங்களை எண்ணிக் கொண்டு வாழ்ந்தார்கள். அத்தகைய சமயத்தில் சூரன் தன்னுடைய கொடுமையைக் காட்டத் தொடங்கினான். பல படைகளை ஏவி அமரர்களுக்கு இடுக்கண் செய்தான். அசுரர் படைகள் தேவலோகத்தைச் சுற்றிச் சூழ்ந்து கொண்டு மண்டலம் இட்டன. அவை நெருங்கி வருவது தெரிந்து தேவர்கள் தப்பிப் பிழைப்பதற்கு எங்கே இடம் இருந்தாலும் அங்கே ஓடினார்கள். அவர்களுடைய உள்ளத்தில் அச்சம் மிகுந்தது. அதனால் ஓட்டத்தில் வேகம் மிகுதியாயிற்று. தடுக்கி விழுந்தாலும் உருண்டு ஓடினார்கள். இப்படிச் சூரனுக்குப் பயந்து ஓடி உருண்டு துன்புற்ற தேவர்களுக்கு மீட்டும் அமைதியை உண்டாக்கினான் முருகன்.

முன்னாலே இருந்த அமைதி அமைதியன்று. இறைவனுக்கு அஞ்சாமல் இருந்ததால் சூரனுக்கு அஞ்சி ஓடிய நிலை உண்டாயிற்று. இப்போதோ இறைவன் திருவருளினால் தமக்கு எமனாக வந்தவனை அழித்து நிலையாக நிற்கும் நிலை வந்தது. இதற்கு முன்பு அவர்கள் தங்களுக்குத் தாங்களே அரசர்கள் என்று தான் தோன்றித் தம்பிரான்களாக வாழ்ந்தார்கள். இப்போதோ சூரனை அழித்த வேலையுடைய முருகப் பெருமானைத் தங்களுடைய காவலனாக வாழ்த்திக்கொண்டு வாழ்கிற நிலை பெற்றார்கள். அமராவதியைக் காக்கும் தொழிலைப் பெயர் அளவுக்கு இந்திரன் கொண்டிருந்தாலும் சூரனுக்கு எதிரே நின்று தேவர்களைக் காக்க அவனால் இயலவில்லை. அமரர்களையும், இந்திரனையும் சூரனுடைய அல்லல்களிலிருந்து காத்தவன் முருகப் பெருமான். வேலாயுதக் கடவுளாகிய அவனுடைய பாதுகாப்பில் இன்று தேவர்கள் யாவரும் சுகமாக இருக்கிறார்கள். இன்று பெற்று நிற்கிற அமைதிதான் உண்மையான அமைதி. அச்சத்தினால் உண்டான வேகம் அடங்கி அன்பினால் உண்டான அமைதியில் அவர்கள் வாழ்கிறார்கள். இப்போது அவர்களுக்கு உண்மை புலனாகியிருக்கிறது; யாவருமே ஆண்டவனுக்கு அடிமை என்ற எண்ணம் அவர்களுக்கு அநுபவத்தால் கிடைத்திருக்கிறது.

சூர சங்காரம்

அச்சுறுத்தலின் உருவமாகிய சூரன் நற்குணங்களுக்கு வடிவமாகிய தேவர்களை ஓடச் செய்தான். அந்தச் சமயத்தில் அஞ் ஞானத்தைப் போக்குகின்ற ஞான சக்தியாகிய வடிவேலினை ஏவி முருகப்பெருமான் தேவர்களுக்கு நலம் செய்தான். அஞ்ஞானத்தையும் அச்சத்தையும் ஓட்டி ஞானத்தைத் தருகிறவன் அவன் என்பதைச் சூரசங்காரம் காட்டுகிறது. சுத்த ஞானம் எனும் புண்டரிகம் தருவாய் என்று முருகனைப் பார்த்து விண்ணப்பம் செய்து கொண்ட அருணகிரிநாதருக்கு, அதனையே பருப்பொருள் நிகழ்ச்சியாகக் காட்டிய சூரசங்காரம் உடனே நினைவுக்கு

வந்தது. அவன் சூரனை வேல்கொண்டு அழித்துத் தேவர்களை ஓடாமல் வைத்தவன், அவர்களுக்குப் பெரும் காவலனாக இருப்பவன் என்ற நினைவு வரவே, அந்தச் செய்திகளைச் சொல்லி முருகனை விளித்தார்.

சண்ட தண்டவெஞ்சூர்
மண்டலம் கொண்டுபண்டு அண்டர் அண்
டம்கொண்டு மண்டிமிண்டக்
கண்டுஉருண்டு அண்டர்விண்டு ஓடாமல்
வேல்தொட்ட காவலனே.

பண்டு என்பது பழங்காலத்தில் என்னும் பொருள் உடையது. நமக்குத் தெரிந்த பெரும் போர்கள் இதிகாசங்களிலும், புராணங் களிலும் வருகின்றன. ராமாயணப் போரும், பாரதப் போரும் மிகப் பெரிய போர்கள் என்று சொல்வார்கள். எல்லாவற்றுக்கும் மேலான பெரிய போர் தேவாசுரப் போர் ஆகிய சூரசங்காரப் போர். அது மிகப் பழங்காலத்தில் நடந்தது. அஞ்ஞான அழிவைக் காட்டுவதற்கு அது அடையாளமாக இருக்கிறது. ஆதலால் பண்டு அந்தக் காரியத்தைச் செய்த நீ இன்று அதன் கருத்தாகிய இந்தக் காரியத்தைச் செய்ய வேண்டுமென்று இரண்டையும் சேர்த்து அருண கிரிநாதர் முருகப்பெருமானிடம் விண்ணப்பித்துக் கொள்கிறார்.

தொண்டர்கண்டு அண்டிமொண்டு உண்டுஇருக்
கும்சுத்த ஞானம் எனும்
தண்டையம் புண்டரி கம்தரு
வாய்சண்ட தண்டவெஞ்சூர்
மண்டலம் கொண்டுபண்டு அண்டர் அண்
டம்கொண்டு மண்டிமிண்டக்
கண்டு உருண்டு அண்டர்விண்டு ஓடாமல்
வேல்தொட்ட காவலனே.

இந்தப் பாட்டில் சந்த நயம் நன்றாக அமைந்திருக்கிறது.

[அடியவர்கள் கண்ணால் தரிசித்து, நெருங்கி, உள்ளத்தால் மொண்டு, உயிரால் உண்டு அமைதி பெற்றிருக்கும் சுத்தஞான மென்னும் தண்டையை அணிந்த அழகிய தாமரை போன்ற திருவடியை அருள்வாயாக, கொடுமையையும் தண்டனை செய்யும் இயல்பையும் வெம்மையையும் உடைய சூரன் படை வியூகத்தைத் துணையாகக் கொண்டு பழங்காலத்தில் தேவர்களுடைய உலகத்தைக் கைப்பற்றிக்கொண்டு மேலும் நெருங்கி வந்து மிடுக்குடன் நிற்க, அதைக் கண்டு அஞ்சி அமரர்கள் உருண்டு தனித் தனியே பிரிந்து ஓடாத வண்ணம் வேலாயுதத்தை ஏவிய காப்பாளனே!

புண்டரிகம் - தாமரை. சண்டம் - கொடுமை. தண்டம் - தண்டனை. மண்டலம் - வட்டம்; இங்கே படையின் வியூகம். அண்டர் தேவர். அண்டம் - வானுலகம். மண்டி - நெருங்கி. மிண்ட - மிடுக்குடன் இருக்க. விண்டு -பிரிந்து.]

உன்னுடைய திருவடியின்பத்தைத் தந்தருள்வாயாக என்பது கருத்து.

இது கந்தர் அலங்காரத்தில் 92-ஆவது பாடல்.

வலம்புரியும் கிண்கிணியும்

அருணகிரி நாதர் முருகப்பெருமானுடைய திருக்கோலத்தைப் பலபடியாக நினைத்து நமக்கும் காட்டுகிறார். அந்தப் பெருமானுடைய திருமேனி உறுப்புகளின் நலன்களையும் பலவிடங் களில் சொல்லியிருக்கிறார். அவனுடைய வீரச் செயல்களையும், கருணைப் பெருக்கையும் நினைப்பூட்டியிருக்கிறார். சூரபன்மனோடு போர் செய்த கதை கந்த புராணத்தில் வருகிறது. ஆனால் அருணகிரியார் அதனைப் பலபல வகையில் எடுத்துக்காட்டி முருகப் பெருமானுடைய வீரத்தை விரிவாக எடுத்துச் சொல்கிறார். வள்ளியம் பெருமாட்டியைத் திருமணம் செய்து கொண்ட அற்புதத் திருவிளையாடல் அருணகிரியார் திருவாக்கில் வெவ் வேறு வகையில் சுவையூட்டுகிறது.

இளமைத் திருவிளையாடல்கள்

நாம் இப்போது பார்த்து வரும் கந்தர் அலங்காரத்தில் முருகப் பெருமானுடைய இளமைப் பருவத் திருவிளையாடல்கள் பலவற்றைப் பார்த்திருக்கிறோம். அருணகிரியார் முருகனது இளமைத் திருமேனியையும், அவன் தன் காலில் அணிந்திருக்கும் தண்டை, வெண்டையம், சிலம்பு முதலியவற்றையும் வருணித்திருக்கிறார். முன் ஒரு முறை இளமுருகனுடைய இடையில் அணிந்த கிண்கிணி ஓசை பற்றிய பாட்டு ஒன்றைப் பார்த்தோம்.

ஒருவரைப் பங்கில் உடையாள் குமாரன் உடைமணிசேர்
திருவரைக் கிண்கிணி ஓசை படத்திடுக் கிட்டசுரர் வெருவரத்
திக்குச் செவிடுபட் டெட்டுவெற் புங்கனகப் பருவரைக்
குன்றும் அதிர்ந்தன தேவர் பயம்கெட்டதே.

இப்போது இந்தக் கிண்கிணி ஓசையைப் பற்றி வேறு ஒரு பாட்டு பாடுகிறார். இங்கே ஒப்பு நோக்கும் வகையில் முருகனது சிறப்பை எடுத்துச் சொல்கிறார்.

ஒப்பு நோக்குதல்

ஏதேனும் ஒரு பொருளின் உயர்வு தாழ்வைத் தனியே பார்ப்பதைக் காட்டிலும் வேறு ஒன்றை அருகில் வைத்துப் பார்த்தால் அதன் இயல்பு நன்றாகத் தெரியும். இலக்கணத்தில் தவறான கேள்வி என்று ஒன்று வருகிறது. ஒரு விரலைக் காட்டிப் பெரிதோ, சிறிதோ என்று கேட்பது தவறு என்று சொல்வார்கள். இரண்டு பொருள்களை வைத்தால்தான் இன்னது பெரிது, இன்னது சிறிது என்று தெரியவரும்.

மிகப் பெரிய வடிவத்தின் பரிமாணத்தைத் தெரிந்து கொள்ள வேண்டுமானால் அதற்கு அருகில் ஒரு சிறிய உருவத்தை வைத்துப் படம் பிடிப்பார்கள். பெரிய யானையின் திருவுருவம் கல்லால் மகாபலிபுரத்தில் இருக்கிறது. அதைத் தனியே படம் எடுத்துப் பார்த்தால் அதன் பரிமாணத்தைத் தெளிவாக உணர்ந்து கொள்ள முடியாது. அதன் அருகில் ஓர் ஆட்டுக் குட்டியை நிற்கச் செய்து படம் எடுத்தால் கல் யானையினுடைய பெரிய அளவு நன்றாகத் தெரியும். இவ்வாறு ஒப்புநோக்குவதனால் பொருள்களின் திறம் நன்றாகத் தெரியவரும். இங்கே முருகப் பெருமானுடைய கிண்கிணி ஓசையையும், கண்ணபிரானுடைய சங்கத்தின் நாதத்தையும் ஒப்பு நோக்குகிறார் அருணகிரியார். மாமாவையும், மருகனையும் ஒருங்கே வைத்துப் பார்க்கிற கலையில் அருணகிரிநாதர் வல்லவர். முருகனுடைய சிற்றடியைச் சொல்ல வந்தவர் முன்பு ஒரு பாட்டில் திருமாலினுடைய பேரடியைப் பற்றியும் சொன்னார்.

"தாவடி யோட்டும் மயிலிலும் தேவர் தலையிலும்என்
பாவடி ஏட்டிலும் பட்டதன் றோபடி மாவலிபால் மூவடி
கேட்டன்று மூதண்ட கூட முகடுமுட்டச் சேவடி நீட்டும்
பெருமான் மருகன்றன் சிற்றடியே."

அந்த வகையில் முருகப்பெருமானுடைய திருவரைக் கிண்கிணி ஓசையையும், திருமாலினுடைய வலம்புரி ஓசையையும் இங்கே ஒப்புநோக்குகிறார்.

முருகன் சின்னஞ்சிறு வடிவம் உடையவன். இளமை மாறாப் பேரெழில் உடையவன். திருவரையில் அவன் கிண்கிணியை அணிந்திருக்கிறான். துள்ளித் துள்ளி அவன் விளையாடும்போது அது ஒலிக்கிறது. அந்த ஒலியினால் தேவர்கள் மகிழ்கிறார்கள்.

'அது பெரிது அன்று. அதனைக் கேட்டு அசுரர்கள் திடுக்கிடுகிறார்கள். இதனை முன்னே காட்டிய பாட்டுச் சொல்லியது. அந்த ஒலி நெடுந்தூரம் கேட்டது என்பதை இங்கே சொல்ல வருகிறார். பதினான்கு உலகமும் கேட்டது என்று சொல்லும் போது, திருமால் ஊதின சங்கு அவ்வளவு தூரம் கேட்கவில்லை; மிகக் குறுகிய தூரத்திற்குத்தான் கேட்டது' என்பதையும் சொல்லி ஒப்பு நோக்கச் செய்கிறார்.

முருகனுடைய கிண்கிணி ஓசை நெடுந்தூரத்திற்குக் கேட்டது. அது கிண்கிணியின் பெருமையைக் காட்டுவது மட்டும் அன்று. அதனை அணிந்த பெருமானுடைய வலியையும் காட்டுவது. 'இராமன் வில்லை ஒடித்தான். அந்த ஓசை நெடுந்தூரம் கேட்டது' என்று பாடுகிறார் கம்பர். வில்லின் பெருமையோடு அதை ஒடித்தவனின் பெருமையும் அதில் இணைந்திருக்கிறது.

முதலில் மாமனாகிய திருமால் எழுப்பிய வலம்புரி ஓசையைப் பற்றிச் சொல்கிறார்.

மண்கமழ் உந்தித் திருமால் வலம்புரி ஓசை அந்த
விண்கமழ் சோலையும் வாவியும் கேட்டது.

இது பாகவதத்தில் வரும் கதை.

ஊடலும் கூடலும்

ஒருநாள் கண்ணபிரான் ருக்மிணியுடன் அமர்ந்திருந்தான். அப்போது அவன் ருக்மிணிப் பிராட்டியைப் பார்த்துப் புன்னகை பூத்தான். "ஏன் நகைக்கிறீர்கள்?" என்று பிராட்டி கேட்க, கண்ணன், "உலகத்தில் அரசர் திலகமும் உயர்ந்த பெருமையோடு கூடியவனுமாகிய விதர்ப்ப மன்னனுடைய புதல்வி நீ. நானோ எனக்கென்று ஓர் அரசு இல்லாதவன். அதுவன்றி ஆயர் மத்தியில் வளர்ந்தவன். ஆயர்பாடியில் வெண்ணெய் முதலியவற்றைத் திருடினவன். சராசந்தனுக்கு அஞ்சி மதுரையை இழந்து துவாரகைக்கு வந்தவன். இப்படிப் பலவகையில் இழிவு பெற்ற என்னை நீ கணவனாகத் தேர்ந்தெடுத்தாயே! இது உன்னுடைய அறியாமையைக் காட்டவில்லையா?"என்று கேட்டான். மேலும் பல வகையில் தன்னை இழிவாகக் கூறிக் கொண்டான்.

இது கேட்ட ருக்மிணிப் பிராட்டிக்கு மிக்க வருத்தம் உண்டாயிற்று. அதனால் மயங்கி வீழ்ந்தாள். அதைக் கண்ட கண்ணன் அப்பிராட்டியை எடுத்து அணைத்துப் பன்னீர் தெளித்து உபசாரம் செய்தான். விழித்து எழுந்த ருக்மிணியைப் பார்த்து, "உன் இயல்பைத் தெரிந்து கொள்வதற்காக நான் இப்படிப் பேசினேன்" என்று சொல்லிச் சமாதானப்படுத்தினான். "என் உயிர்த் துணையாகிய உன்னை நான் கனவிலும் மறக்க மாட்டேன்" என்று கண்ணன் சொல்ல, "எம்பெருமானாகிய தங்களுடைய திருத்தாளை யன்றி வேறு எதையும் அறியாத ஏழையாகிய என் உயிர் போகும் அளவுக்குத் துன்பத்தைத் தருகிற வார்த்தையை நீங்கள் சொன்னீர்களே!" என்று கூறிப் பின்னும் சொல்ல ஆரம்பித்தாள்.

"தாங்கள் நல்ல உருவம் இல்லாதவர்கள் என்று சொன்னீர்கள். அப்படிச் சொன்னது உண்மை. தாங்கள் உருவம் கடந்த பெருமான். வேத நெறியைத் தப்பி ஒழுகியதாகக் கூறினீர்கள். தாங்கள் வேதத்திற்கு எட்டாத பரம்பொருள் என்பதை நான் உணர்வேன். வருணத்தில் தாழ்ந்த குலத்தினரோடு பயின்றேன்

என்று சொன்னீர்கள். தாங்கள் அனந்தனாகையால் எல்லாக் குலத்திலும், எல்லாரிடமும் இருக்கிறீர்கள். என்னை யார் அறிவார்கள் என்று சொன்னீர்கள். தங்களை உணர்வதற்குரிய ஆற்றல் உள்ளவர்கள் யாரும் இல்லை. ஆகையால் தாங்கள் சொன்னவை எல்லாம் ஒரு வகையில் மெய்யே" என்று புன்னகை பூத்தாள். பின்பு இருவரும் மகிழ்ந்திருந்தார்கள்.

நாரதர் செய்த கலகம்

விடிந்தது. அப்போது நாரத முனிவர் வீணையை இசைத்துக் கொண்டு அங்கே வந்து சேர்ந்தார். கண்ணபிரானும், ருக்மிணிப் பிராட்டியும் அவரை வணங்கி, அர்க்கிய பாத்திய ஆசமனீயம் அளித்து உபசாரம் செய்தார்கள். அப்போது அம்முனிவர் கண்ண பிரானுடைய கையில் பாரிசாத மலர் ஒன்றை அளித்தார். அதனைக் கண்ணபிரான் ருக்மிணியின் திருக்கரத்தில் ஈந்தான். ருக்மிணி அதனைத் தன்னுடைய குழலில் சூட்டிக்கொள்ள, அது கண்டு நாரத முனிவர், "இந்தப் பாரிசாத மலர் இப்பெருமாட்டியின் கூந்தலில் சேர என்ன தவம் பண்ணியதோ?" என்று பாராட்டினார். பின்பு கண்ணபிரானிடம் விடைபெற்றுக்கொண்டு புறப்பட்டார்.

நாரதர் எப்போதும் கலகம் செய்கிறவர் என்பது புராணங்களை உணர்ந்தவர்களுக்குத் தெரியும். இப்போதும் ஒரு கலகத்தை உண்டாக்க அவர் புறப்பட்டார். நேரே சத்திய பாமையின் அந்தப்புரத்துக்குப் போய்ச் சேர்ந்தார். சத்திய பாமை முனிவரைக் கண்டு உபசாரம் செய்து, "இங்கே எழுந்தருளியது என்ன காரணம்?" என்று கேட்டாள். நாரதர், "கண்ண பிரானுடைய தேவியர்களுக் குள் உன்னை அல்லாமல் வேறு யாரிடத்திலும் மிக்க அன்பு அவனுக்கு இல்லை என்று எண்ணினேன். உனக்கும் அப்படியே அவன் சொல்லியிருக்கிறான் என நினைக்கிறேன். ஆனால் அவன் ருக்மிணியிடந்தான் பெருங்காதலுடன் இருக்கிறான். காந்தமும், ஊசியும் கலந்தாற் போல அவர்கள் இருவரும் இணைந்து வாழ் கிறார்கள். கிடைப்பதற்கரிய பாரிசாத மலரை ருக்மிணிதேவிக்கு அவன் இன்று ஈந்திருக்கிறான்" என்றார்.

இவ்வாறு சொல்லி விட்டு அவர் வானுலகத்தை நோக்கிப் புறப்பட்டுவிட்டார்.

சத்தியபாமை அதனைக் கேட்டு மனம் கொதித்தாள். தன்னுடைய அணிகலன்களை எல்லாம் எடுத்துக் கழற்றிக் கீழே போட்டாள். கண்ணில் நீர் வார வெறுந்தரையில் கிடந்தாள். கண்ணபிரான் அவளுடைய அந்தப்புரத்திற்கு வந்தான். அவள் நிலையை அறிந்து அவளைத் தன் இரண்டு கையாலும் எடுக்கும் போது அவள் சீறினாள். "மகளிரை ஏமாற்றுகின்ற கள்வர் தாங்கள் என்பதை நான் அறிந்து கொண்டேன். தாங்கள் என்னைத் தொட வேண்டாம்" என்றாள். அதனைக் கேட்ட கண்ணன் அவளிடம் கோபத்துக்குக் காரணம் என்ன என்று கேட்டான். அவள் கூறிய வார்த்தைகளால் நாரதர் செய்த கலகம் இது என்பதை நன்கு உணர்ந்து, "உனக்கும் பாரிசாத மலரைக் கொண்டு வந்து தருகிறேன். ருக்மிணிக்கு நாரதர் கொடுத்த பாரிசாத மலரைத்தான் தந்தேன். உன் வீட்டு முற்றத்தில் பாரிசாதத் தருவையே கொண்டு வந்து பதிக்கின்றேன், பார்" என்று சொல்லி அவளை மகிழ்வித்தான்.

"நாரத முனிவன் எய்தி நவின்றிடுங் கலகச் சொல்லால் நேரிழை முனியேல் வானோர் உலகினில் இலங்கி நிற்கும் பாரிசா தத்தை உன்றன் முன்றிலிற் பதிப்பேன் என்ன ஆரியன் உரைத்து மார்பில் அணைத்தனன், தேவி தன்னை."

பின்பு இருவரும் மன மகிழ்ந்திருந்தார்கள்.

பாரிசாதப் போர்

மறுநாள் காலை, கண்ணபிரான் எழுந்து நீராடி ஆடை அணிகள் அணிந்துகொண்டு பாரிசாதத் தருவைக் கொண்டு வரப் புறப்பட்டான். கருடனை நினைத்தவுடன் அவன் வர, அந்த வாகனத்தின்மேல் ஏறிக்கொண்டு தன் அருகில் சத்தியபாமையை வைத்துக் கொண்டு புறப்பட்டான். பாரிசாத மரம் தேவலோகத்தில் அமராவதியில் இருக்கிறது. கருட வாகனத்தின்மேல் சத்தியபாமையுடன் கண்ணபிரான்

தேவலோகத்தை அடைந்தான். அவன் வருவதை அறிந்து இந்திரன் பலவகையான விருதுகளுடன் சென்று வரவேற்று உபசரித்தான். கந்தருவர், கின்னரர், இயக்கர், கிம்புருடர், வித்தியாதரர் முதலிய பலரும் வந்து வரவேற்றார்கள். நாரதர் முதலியவர்கள் வீணை வாசித்தனர். யாவரும் புகழ் சொல்லி ஏத்தினர். கண்ணபிரானை வரவேற்று அவனை வீதி வழியே வலமாக அழைத்துச் சென்று தன் அரண்மனையைச் சேர்ந்தான் இந்திரன். சத்தியபாமையை இந்திராணி தன் அந்தப்புரத்திற்கு அழைத்துச் சென்று நல்ல ஆதனத்தில் இருத்தி உபசாரம் செய்தாள்.

பின்னர் அவர்கள் இரண்டு பேரும் சொக்கட்டான் விளையாடினார்கள். அந்த விளையாட்டில் வெல்பவர்களுக்குத் தோற்பவர்கள் இன்னது கொடுக்க வேண்டுமென்று பணயம் வைத்தார்கள். "நான் தோற்றால் பாரிசாத மலரைத் தருவேன்" என்றாள் இந்திராணி. "நான் தோற்றால் கண்ணபிரான் தந்த சமந்தக மணியை உனக்குத் தருவேன்" என்று சத்தியபாமை சொன்னாள். இருவரும் உட்கார்ந்து சொக்கட்டான் பலகையை வைத்துக் காய்களை எறிந்து ஆடத் தொடங்கினார்கள். அந்த ஆட்டத்தில் இந்திராணி தோல்வி அடைந்தாள். சத்தியபாமை வெற்றி பெற்றாள். முன்னாலே பந்தயம் பேசிக்கொண்ட படி சத்தியபாமை தன்னைச் சார்ந்த சிலரை ஏவிப் பாரிசாத மலரைப் பறித்து வரும் படி அனுப்பினாள். ஆனால் பாரிசாத மரத்தைச் சுற்றிக் காவல் இருந்தவர்கள் இவர்களை மரத்தின் அருகில் போகவிடாமல் விரட்டி அடித்தார்கள். "இந்திராணி சூடுகின்ற பாரிசாத மலரைப் பூவுலகத்தில் பிறந்தவர்கள் சூடிக்கொள்ள இயலுமோ?" என்று கூறி விரட்டினார்கள். இவர்கள் திருப்பி வந்து சத்தியபாமையிடம் நடந்ததைச் சொல்ல, அப்பெருமாட்டி கண்ணபிரானை அழைத்து வரச் சொன்னாள்.

அதுகேட்ட கண்ணபிரான் மகிழ்ச்சி அடைந்தான். 'பாரிசாத மரத்தைப் பெயர்த்துச் சத்தியபாமையின் வீட்டு முற்றத்தில் நடுவதாக வாக்களித்து வந்தோம்; அதனைக் காரணம்

இல்லாமல் செய்வது முறை அன்று. ஆகையால் இப்படி ஒரு நிகழ்ச்சி வந்து சேர்ந்தது நல்லதாயிற்று' என்று அவன் உவகை அடைந்தான். உடனே சத்தியபாமையை அழைத்துக் கொண்டு பாரிசாத மரம் இருந்த இடத்தை அடைந்தான். அங்கே காவல் இருந்த மகளிர்கள் எதிர்த்தார்கள். கண்ணன் மரத்தைப் பறித்து எடுத்துக் கொண்டு புறப்பட்டான். அவனை மேற்செல்லவிடாதபடி பலர் அவனைத் தடுத்துப் பொருதார்கள். எல்லோரும் ஆயுதங்களுடன் நின்று போர் செய்தனர். அவர்களுடன் ஆயுதம் தாங்கிப் போரிடுவது நல்லது அல்ல என்று எண்ணிய கண்ணன் தன்னுடைய கரத்தில் உள்ள வலம்புரிச் சங்கத்தை எடுத்து ஊதினான். சங்கம் வாத்தியமானாலும் திருமாலின் கையில் ஐந்து ஆயுதங்களில் ஒன்றாக அமைந்திருக்கிறது. ஆயுதம் பகைவர்களை மோதி வெற்றி பெறுவது. சங்கு ஊதி வெற்றி பெறுவது. கண்ணபிரான் தன் சங்கத்தை ஊதினவுடன் அந்த ஒலியினால் எதிர்த்தவர்கள் அத்தனை பேரும் மயங்கிக் கீழே விழுந்து விட்டார்கள். கருட வாகனத்தின் மேல் மரத்தை வைத்துக் கொண்டு சத்தியபாமையுடன் மீண்டும் துவாரகைக்கு வந்து சேர்ந்தான்.

'கடமுறு வெங்கரி இறையுடன் அமரர்கள் கணைகள்
பொழிந்திடமால் படியுயர் மால்வரை திகழ வயங்கிய பணிலம்
முழக்கிடவே கடலர வம்திசை யுறுகரி யஞ்சின கமலன்
நடுங்கினன்வான் வெடிபடு காலம்இ தாமென விபுதர்கள்
வெருவி
விழுந்தனரால்.'

கண்ணன் தான் கொணர்ந்த பாரிசாத மரத்தைச் சத்திய பாமையின் மனையில் கொண்டுவந்து நட்டான். இதற்குமேலும் ஒரு கதையுண்டு. சத்தியபாமையின் முற்றத்தில் நட்ட அந்த மரம் நன்றாக வளர்ந்து பூத்துக் குலுங்கியது. ஆனால் அது சற்றே வளைந்து பூவையெல்லாம் ருக்மிணியின் மாளிகையில் உதிர்த்தது என்று சொல்வது உண்டு.

அங்கே, பாரிசாத மரத்தை எடுத்து வந்த கண்ணனைத் தேவ லோகத்திலுள்ள பலரும் எதிர்த்தபோது அவன் தன்னுடைய வலம்புரியை முழக்கி அவர்களை எல்லாம் கீழே விழச் செய்தான் என்ற செய்தி நினைவில் கொள்வதற்குரியது. அதை அருணகிரியார் எடுத்துக் காட்டுகிறார். திருமால் என்று பாட்டில் கூறினாலும் கண்ணபிரானாக அவதரித்த போது நிகழ்ந்த நிகழ்ச்சியையே இது சொல்கிறது. அவன் திருக்கரத்திலுள்ள சங்கு வலம்புரிச் சங்கம். இடம்புரி என்பது சாதாரணமாக எங்கும் கிடைக்கிறது. வலப்பக்கமாகச் சுழித்திருப்பது வலம்புரிச் சங்கு. அது மிகவும் சிறந்தது. கண்ணன் கையிலுள்ள வலம்புரிச் சங்கத்திற்குப் பாஞ்ச சன்னியம் என்று பெயர். அது பெரு முழக்கம் செய்து தேவர்களை மயங்கி விழப் பண்ணியது. அதன் முழக்கம் அப்போது தேவலோகத்திலுள்ள சோலைகளிலும் வாவிகளிலும் கேட்டது. அதைத்தான் முதலில் அருணகிரியார் சொல்கிறார்.

மண்கமழ் உந்தித் திருமால் வலம்புரி ஓசை அந்த
விண்கமழ் சோலையும் வாவியும் கேட்டது.

அந்த ஓசையும் இந்த ஓசையும்

திருமாலினுடைய உந்தி மண்கமழ் உந்தி. அது மண் வாசனை வீசுகின்றதாம். அவன் நிறைய மண்ணைத் தின்றவன். திருமாலின் வயிற்றில் அண்டபிண்ட சராசரங்கள் எல்லாம் இருப்பதனால் அவனை மண்தின்றவன் என்று சொல்வது ஒரு வழக்கு. இங்கே அந்தச் செய்தியைச் சுவைபடச் சொல்கிறார் அருணகிரியார். ஒருகால் திருமால் வேறு எதையாவது தின்று ஊதியிருந்தால் பலமாக ஊதியிருப்பான். மண்ணைத் தின்று விட்டு ஊதியதால் அவனுக்குத் தொனி அதிகமாக வரவில்லை போலும் என்று நினைக்கும்படியாகச் சொல்கிறார்.

கண்ணன் இது செய்ய வேண்டுமென்று நினைத்து முயன்று ஊதியது வலம்புரியோசை. ஆனால் முருகப் பெருமான் திரு

அரையிலுள்ள கிண்கிணியோ அவன் விளையாடும் போது தானே ஒலித்தது. கிண்கிணி ஓசையைவிட வலிந்து ஊதின வலம்புரி ஓசைதான் மிக வலிமையுடையதாக இருக்க வேண்டும். ஆனால் இங்கே, திருமால் முயன்று மூச்சைப் பிடித்து ஊதிய வலம்புரி யோசை முருகப்பெருமானுடைய கிண்கிணி ஓசைக்குப் பக்கத்தில் வரமுடியாது என்று பாடுகிறார்.

தேவலோகத்தில் கற்பக மரச்சோலை ஒன்று இருக்கிறது. அந்தச் சோலையில் தான் பாரிசாத மரம் வளர்கிறது. அங்கிருந்து ஊதின அந்தச் சங்கின் ஓசை தேவலோகம் முழுவதும் கூடக் கேட்கவில்லை. அந்த மரம் மணம் வீசுகின்ற சோலையிலும், தேவர்கள் நீராடுகின்ற வாவிகளிலும் கேட்டது. ஆனால் முருகப்பெருமானுடைய கிண்கிணி ஓசையோ சர்வலோகமும் கேட்டதாம். அதை அடுத்தபடி சொல்ல வருகிறார் அருணகிரியார்.

வேல் எடுத்துத்
திண்கிரி சிந்த விளையாடும் பிள்ளை திருவரையில் கிண்கிணி
ஓசை பதினா லுலகமும் கேட்டதுவே.

கிண்கிண் என்று ஒலி அமைவதனால் அந்த அணிகலனுக்குக் கிண்கிணி என்ற பெயர் வந்தது. நாம் சலங்கை என்று சொல்வதுதான் அது.

முருகன் திருவிளையாடல்கள்

முருகப்பெருமான் திருஅவதாரம் செய்தவுடன் தன்னுடைய பராக்கிரமத்தைக் காட்டுவதற்கு அவன் பலவகையான திருவிளையாடல்களைச் செய்தான். அதனைக் கண்ட சூரன் முதலிய அசுரர்கள் நடுங்கினார்கள். கையில் வேலை எடுத்துக் கொண்டு அவன் ஓடியாடி விளையாடினான். அதனால் எட்டு மலைகளும் நடுங்கின. பூமி அதிர்ந்தது. இப்படி அவன் ஆடியதால் அவன் அரையிலுள்ள கிண்கிணி மிக்க ஓசையை உண்டாக்கியது.

முருகப்பெருமான் இவ்வாறு செய்த திருவிளையாடல்களைக் கந்தபுராணம் திருவிளையாடல் படலம் என்று ஒரு தனிப் படலமாகவே விரித்துச் சொல்கிறது. குலகிரிகளை எல்லாம் ஓரிடத்தில் கூட்டுவான். பிறகு அவற்றை எல்லாம் தலைகீழாகப் பூமியில் நாட்டுவான். அலைகடல்கள் எல்லாவற்றையும் ஒன்றாகக் கூட்டுவான். சக்கரவாள கிரியைக் கொண்டுவந்து ஆகாச கங்கைக்கு அணையாக அமைப்பான். பாதாளத்தில் இருக்கும் எட்டுப் பெரிய நாகங்களைப் பற்றிக் கொண்டுவந்து கயிற்றைப் போல மேரு முதலிய மலைகளில் சுற்றி இழுப்பான். இப்படி அவன் பலபடியாக விளையாடலைச் செய்தாலும், எந்த உயிருக்கும் துன்பமே உண்டாகவில்லையாம்.

***"குலகிரி அனைத்தும் ஓர்பாற் கூட்டிடும் அவற்றைப் பின்னர்த்
தலைதடு மாற்ற மாகத் தரையிடை நிறுவும் எல்லா
அலைகடல் தமையும் ஒன்றா ஆக்குறும் ஆழி வெற்பைப்
பிலனுற அழுத்தும் கங்கைப் பெருநதி அடைக்கும் மன்னோ."***

***"இருள்கெழு பிலத்துள் வைகும் எண்டொகைப் பணியும்
பற்றிப்
பொருள்கெழு மேரு ஆதி அடுக்கலிற் பூட்டி வீக்கி
அருள்கெழு குமர வள்ளல் ஆவிகட் கூறின் றாக உருள்கெழு
சிறுதே ராக்கொண் டொல்லென உருட்டிச் செல்லும்"***

என்று இத்தகைய விளையாடல்களைக் கச்சியப்ப சிவாசாரியார் கந்தபுராணத்தில் வருணித்துச் செல்கிறார். நம்முடைய பிள்ளைகள் பிறந்தவுடன் வீதியில் ஓடுவதற்குக்கூட ஆற்றல் இல்லாமல் இருக்கிறார்கள். வீதியில் காரின் குழல் ஊதினால் பயந்து ஓடி வருகிறார்கள். சூரபன்மாவைக் குலத்தோடு அழிக்க வந்த பெரு வீரனாகிய இந்தப் பிள்ளை விளையாடும்போதே வேலை எடுத்து விளையாடியது. அந்த வேல் அசுரர்களையும் அஞ்ஞானத்தையும் அழிக்கும் ஆயுதம்.

வேலெடுத்துத்
திண்கிரி சிந்த விளையாடும் பிள்ளை.

மலைகள் எளிதில் அசையாதவை. அதனால் அவற்றுக்கு அசலம் என்ற பெயர் உண்டாயிற்று. துளங்காமல் நிற்கும் மலைகளும் முருகப்பெருமான் பூமி அதிரும்படி விளையாடிய போது துளங்கின; சிந்தின.

உலகத்திற்கு எல்லையாக ஒவ்வொரு திக்கிலும் ஒவ்வொரு மலை இருக்கிறது என்று சொல்வது மரபு. ஆண்டவன் அந்த எல்லையைக் குலைக்கிறான். அவன் விளையாடல் உலகத்தின் எல்லைக்கும் மேல் போய்விடுகிறது. அவன் விளையாட்டு எல்லையைத் தகர்ப்பது என்ற கருத்தையே இது காட்டுகிறது. உயிர்களுக்கு ஊறு ஏற்படாமல் அவன் விளையாடினான் என்பதை நாம் நினைக்கும்படியாகச் சொல்கிறார் கச்சியப்ப சிவாசாரியார்.

உலகம் என்பது மயக்கம் நிறைந்தது. பிரபஞ்ச வாசனை ஒருவனுக்கு அமைந்தால் அவன் மேன்மேலும் துன்பத்தை அடைகிறான்; மீட்டும் பிறப்பதற்குரிய வழியைத் தேடிக் கொள் கிறான். பிரபஞ்ச வாசனையை இறைவன் திருவருளால் நீக்கிக் கொள்ளும் ஆற்றலைப் பெற்றவன் பிறப்பு இறப்புகளிலிருந்தும் நீங்குகிறான். இதைத்தான் கந்தர் அலங்காரத்தின் முதல்பாட்டில் நினைப்பூட்டினார்.

"பிரபஞ்சம் என்னும் சேற்றைக் கழிய வழிவிட்டவா!"

ஐந்து பூதங்களினால் ஆன இந்தப் பிரபஞ்சம் எல்லைக்குள் அடங்கியது. சலனம் இல்லாத மலைகளை எல்லைகளாக எட்டுத் திக்கிலும் கொண்டு அது இருக்கிறது. முருகப் பெருமான் அந்த எட்டுக் குல மலைகளையும் தன் விளையாடலினாலே தகர்த்து விடுகிறான். மிக்க வீரம் உடையவர்களும், பெரு முயற்சி செய் பவர்களும் மக்களை அழிக்கலாம். மாளிகைகளை அழிக்கலாம். நாட்டை அழிக்கலாம். மலைகளை அழிக்க ஒண்ணா. முருகன் அந்த அரிய செயலைச் செய்கிறான்.

வினை என்பது போருக்குப் பெயர். வினையாலும் அசைக்க முடியாத மலைகளை ஆண்டவன் விளையாட்டினாலே அசைக்கின்றான். மலைகளை அசைத்தால் அதனால் உயிர்களுக்கு ஊறு பாடு விளையுமே என்று தோன்றும் அல்லவா? அவன் செய்கிற இந்த விளையாட்டு உயிர்களுக்குத் துன்பம் விளைவிக்கவில்லை. இது ஒரு சிறந்த உட்கருத்தை உடையது. பிரபஞ்சத்தின் எல்லைகளை எல்லாம் அறுத்த அவனுடைய திருவிளையாடல்கள், தன்னைச் சார்ந்தவர்களுக்குப் பிரபஞ்சச் சேற்றையே போக்கி இன்பம் தருபவன் அவன் என்பதை நினைப்பூட்டுகின்றன.

அருள் விளையாடல்

விளையாடும் பிள்ளை

என்று சொல்கிறார். முருகப்பெருமான் செய்கிற காரியங்கள் அத்தனையும் விளையாட்டு. பொதுவாக, தெய்வங்கள் செய்வனவற்றைத் திருவிளையாடல் என்றே சொல்வார்கள். விளை யாட்டுக்கும் வினைக்கும் வேறுபாடு உண்டு. உலகத்தில் விளை யாட்டுக்கும் இரண்டு கட்சி உண்டு. வினைக்கும் இரண்டு கட்சி உண்டு. வினை முடிவில் தோல்வியும் துன்பமும் உறுவர் ஒரு கட்சியினர். வெற்றியும் மகிழ்ச்சியும் பெறுவர் மற்றொரு கட்சியினர். விளையாடலிலோ ஒரு கட்சி வென்றாலும், ஒரு கட்சி தோற்றாலும் முடிவில் இரண்டு கட்சியினருக்கும் இன்பம். இரண்டு பேர்களும் சேர்ந்து விருந்துண்பர். விளையாடலில் கட்சி அமைத்துக் கொண்டவர்கள் ஒருகால் வெற்றி, தோல்வி என்று சொன்னாலும் அதைப் பார்த்தவர்களுக்கு மகிழ்ச்சியே உண்டாகிறது.

ஆண்டவன் திண்கிரி சிந்த விளையாடினான். அந்த விளை யாடலால் உலகத்திற்கு இன்பம் உண்டானதேயன்றித் துன்பம் உண்டாகவில்லை. அவன் தன்னுடைய அருளை எல்லோரும் பெறுவதற்காகப் பலவிதமான விளையாடல்களைச் செய்கிறான். அவை வெவ்வேறு வகையாகத் தோன்றினாலும்

முடிவில் இன்பத்தைத் தருவனவே. அவன் சூரபன்மனை எதிர்த்துப் போராடியதாகக் கந்தபுராணம் சொல்கிறது. அவ்வாறு செய்த போர்கூட அவனுடைய திருவிளையாடலில் ஒன்றுதான். சூரபன் மனை அழிக்க வேண்டுமென்பது அவன் நோக்கம் அன்று. முரு கனைப் பகைவன் என்று அந்த அசுரன் எண்ணினானேயொழிய, முருகன் சூரபன்மனை அவ்வாறு எண்ணவில்லை. பொல்லாத குழந்தையைத் தந்தை தண்டிப்பது போல, முருகன் அவனுடைய பொல்லாத் தனத்தைப் போக்குவதற்காகப் பல காலம் போர் செய்தான். என்றைக்காவது அவன் அறிவு பெற்றுத் தன் வலி யின்மையைத் தெரிந்துகொண்டு காலில் வந்து விழுவான் என்று எதிர்பார்த்தான். அவ்வாறு சூரன் செய்யாமையினால் கடைசியில் தன் திருவுருவத்தைக் காட்டினான். அந்தக் கோலத்தின் பேரெழிலில் மயங்கிய சூரன் உள்ளம் குழைந்து அடியாருடைய இயல்பைப் பெற்றான். அப்போது முருகப்பெருமான், 'இவன் உள்ளம் நையும் பண்பினனாக இருக்கிறான்; இவனை ஆட் கொள்ளலாம்' என்று கருதி அவன் மேல் வேலைவிட்டான். மாமரமாக நின்ற உருவம் பிளந்து இரண்டு பகுதிகளாக நிற்க, ஒரு பகுதி ஆண்டவன் வாகனமாகவும், மற்றொரு பகுதி சேவல் கொடியாகவும் ஆயின. சூரன் பெற்றது ஆண்டவனது வாகனமாகவும், கொடியாகவும் நிற்கும் பேறு. இது சங்காரம் ஆகுமா? இது ஒரு வகையான அருள்.

முருகப்பெருமான் சூரனுக்கு முன்னால் நின்று போர் செய் தது ஒரு வகையான அருள்தான் என்று சூரபன்மனே சொல் வதாகக் கந்தபுராணம் தெரிவிக்கிறது.

"அண்ணலார் குமரன் மேனி அடிமுதல் முடியின் காறும்
எண்ணிலா ஊழி காலம் எத்திறம் நோக்கி னாலும் கண்ணினால்
அடங்கா துன்னிற் கருத்தினால் அடங்க
தென்பால்
நண்ணினான் அமருக் கென்கை அருளென நாட்ட லாமே"

என்று சொல்கிறார் கச்சியப்பர். சிறிதும் ஐயம் இல்லாமல் துணிவாகச் சொல்கிறான் என்பதைப் புலப்படுத்த,

"நாட்ட லாமே"

என்ற சொல்லை இங்கே அமைக்கிறார்.

அறுமுகன் ஆடல்

முருகப்பெருமான் வள்ளிநாயகியிடம் காதல் கொண்டான். அதுவும் ஒரு வகையான திருவிளையாடல்தான். உலகில் மக்கள் காமத்தினால் துன்புறுகின்ற நிலை அன்று அது. ஆண் பெயன் உறவுக்கு முன்னாலே காதல் வயப்பட்டுத் துன்புறுகிற நிலைக்கும் இதற்கும் வேறுபாடு உண்டு. முருகப்பெருமான் வள்ளியம் பெருமாட்டியை ஆட்கொள்வதற்காக வேண்டி விளையாடினான். அதனைக் கச்சியப்ப சிவாசாரியார் 'அறுமுகன் ஆடல்' என்று சொல்வார்.

"உலைப்படும் மெழுக தென்ன உருகியே ஒருத்தி காதல்
வலைப்படு கின்றான் போல மறுகியே மாழ்கி நின்றான்
கலைப்படு மதியப் புத்தேள் கலங்கலம் புனலில் தோன்றி
அலைப்படு செய்கை யன்றோ அறுமுகன் ஆடல் எல்லாம்."

பெருமான் செய்கின்ற அத்தனையும் திருவிளையாடல்கள். விளையாட்டில் ஈடுபடுபவன் குழந்தை. குழந்தை எது செய் தாலும் அதனை விளையாட்டு என்றே சொல்வார்கள். ஆகவே உருவத்தாலும் குழந்தைத் திருமேனி கொண்ட எம்பெருமான் செய்யும் அத்தனையும் விளையாடல்களே என்பதில் சற்றும் ஐயமில்லை.

திண்கிரிகள் எல்லாம் சிந்த விளையாடுகின்ற முருகன் அந்த விளையாட்டினால் அடியார்களுக்கு நலமே செய்தான். இந்திராதி தேவர்கள் முதலில் அஞ்சினாலும், அவன் பெரு வீரம் உடையவன், நமக்கு நலம் செய்யத் திரு அவதாரம் செய்திருக்கிறான் என்று உணர்ந்த பிறகு மகிழ்ந்தார்கள். ஆனால் சூரன் முதலியோர் இப்படி ஒரு பிள்ளை தோன்றி

இருக்கிறதே என்று உணர்ந்து நடுங்கினார்கள். தன்னுடைய சிறந்த வலிமையையும், அருளையும் புலப்படுத்த, முருகப்பெருமான் திரு அவதாரம் செய்தவுடன் இவ்வாறு பலவகைத் திருவிளையாடலில் ஈடுபட்டான் என்று கந்தபுராணம் பேசுகின்றது.

அப்படித் திண்கிரி சிந்த விளையாடும் பிள்ளை, குழவி உருவங்கொண்டு திருவரையில் கிண்கிணியை அணிந்திருக்கிறான். அவன் குதித்து விளையாடும்போது, தாவி விளையாடும் போது, மலைமேலே வேலை வீசி விளையாடும்போது, அந்தக் கிண் கிணி ஒலிக்கிறது. அந்த ஓசை எல்லா உலகமும் கேட்டதாம். மேல் ஏழு உலகமும், கீழ் ஏழு உலகமும் ஆகப் பதினான்கு உலகம் உண்டென்று சொல்வார்கள். அந்தப் பதினான்கு உலகங்களிலும் அந்த ஓசை கேட்டது.

விளையாட்டின் பயன்

முருகப்பெருமான் செய்த திருவிளையாடலின் பயன் ஓர் இடத்திற்கு மாத்திரம் அமைவது அன்று. எல்லா உலகங்களிலும் உள்ள உயிர்கள் அவன் செய்கிற திருவிளையாடல்களினால் இன் பம் பெறுவார்கள். இதனையே அழகாக, அவன் கிண்கிணி ஓசை பதினான்கு உலகமும் கேட்டது என்பதனால் பெற வைக்கிறார்.

கண்ணபிரான் தன்னுடைய மனையாட்டியின் நலம் கருதிப் பாரிசாத மரத்தைக் கொண்டு வர முயன்றான். அதற்காகத் தான் இருக்கும் இடத்திலிருந்து தேவலோகம் சென்று தேவர்களோடு போரிட்டான். முயன்று மூச்சைப் பிடித்து வலம்புரி ஓசையை முழக்கினான். அந்த ஓசை பாரிசாத மரம் வளர்ந்திருந்த சோலையிலும், அதன் அருகில் இருந்த வாவியிலும் மட்டும் கேட்டது. அதற்குமேல் அந்த முழக்கம் கேட்கவில்லை. முருகப் பெரு மானோ சரவணப் பூம்பொய்கையில் திரு அவதாரம் செய்து கந்தகிரியைச் சுற்றி விளையாடினான். அவன் விளையாடலால் மலைகள் எல்லாம்

அதிர்ந்தன. அவனுடைய அழகிய இடையில் அணிந்திருந்த கிண்கிணிகள் அசைந்தன. அந்த அசைவிலே உண்டான ஓசை பதினான்கு உலகமும் கேட்டு இன்பத்தைச் செய்தது. "கேட்டதுவே" என்று மட்டும் இந்தப் பாடலில் அருணகிரியார் சொல்கிறார். ஆயினும், இந்தக் கிண்கிணி ஓசையைக் கேட்ட உயிர்கள் எல்லாம் நம்மைப் பாதுகாக்கும் நாயகன் வந்துவிட்டான் என்று எண்ணி உள்ளம் தளிர்த்தன என்பதை இதனால் பெறும் குறிப்பாகக் கொள்ள வேண்டும்.

முருகப்பெருமான் திரு அவதாரம் செய்தவுடனே தன் னுடைய வீரத்தையும் அருட் பெருக்கையும் காட்டிக் கொண்டான் என்பது இதன் கருத்து.

மண்கமழ் உந்தித் திருமால்
வலம்புரி ஓசை அந்த
விண்கமழ் சோலையும் வாவியும்
கேட்டது; வேல்எடுத்துத்
திண்கிரி சிந்த விளையாடும்
பிள்ளை திருஅரையில்
கிண்கிணி ஓசை பதினா
லுலகமும் கேட்டதுவே.

[மண்வாசனை வீசுகின்ற திருவயிற்றை யுடைய திருமாலாகிய கண்ணபிரான் ஊதிய வலம்புரிச் சங்கின் முழக்கம் அந்த வானுலக மெல்லாம் மணம் கமழும் கற்பகச் சோலையிலும் வாவியிலும் கேட்டது; வேலைக் கையில் ஏந்தித் திண்மையான மலைகள் குலையும்படி திருவிளையாடல் புரிந்த இளங்குழந்தையாகிய முருகனது அழகிய இடையிலுள்ள கிண்கிணியின் ஓசை பதினான்கு உலகமும் கேட்டது.

உந்தி -வயிறு. விண் - தேவர் உலகம். பிள்ளை என்று பொது வகையிற் சொன்னாலும் வேலெடுத்து என்ற சிறப்பினால் முருகன் என்பது தெளிவாயிற்று. அரை-இடை]

இது கந்தர் அலங்காரத்தில் 93-ஆவது பாட்டு.

நல்ல வேட்கை

தாயும் குழந்தைகளும்

கருணைமிக்க ஒரு தாய்க்குப் பல குழந்தைகள் இருந்தார்கள். அந்தக் குழந்தைகளில் ஒவ்வொன்றும் ஒவ்வொரு நோயால் துன்புற்றது. சிறிய வியாதிகளும், பெரிய வியாதிகளும் அந்தக் குழந்தைகளுக்கு இருந்தன. சில குழந்தைகள் கண்வலியால் துன்புற்றன. வேறு சில பல்வலியால் துன்புற்றன. வயிற்று வலியால் அவதியுற்ற சில குழந்தைகள் உண்டு. வயிற்றில் கட்டி விழுந்து அதனால் துன்புற்ற குழந்தைகளே மிகுதி. ஒவ்வொரு குழந்தைக்கும் தனித்தனியே மருந்து வாங்கிக் கொண்டு வந்து அந்தக் குழந்தைகளில் ஒவ்வொன்றுக்கும் கொடுத்து, அவற்றிற்கு வேண்டிய பரிகாரம் செய்து வந்தாள் தாய்.

ஆனால் அவளுக்கு அடிக்கடி கட்டி வீழ்ந்த குழந்தைகளைப் பற்றியே நினைப்பே அதிகம். காரணம்: அந்த நோயினால் அவஸ்தைப்படுகிற குழந்தைகளே மிகுதியாக இருந்தன. ஆகையால் மருத்துவரிடம் போகும்போதெல்லாம் அதிக நேரம் கட்டி விழுந்த குழந்தைகளைப் பற்றியே பேசிவந்தாள். அந்தக் குழந்தைகளுக்காகவே பல மருத்துவர்களைத் தேடிச் சென்றாள். ஆகவே அவளுக்குக் கட்டியைப் பற்றி எண்ணமும் அதற்குரிய மருந்து வாங்கும் நினைப்பும் அடிக்கடி எழும்.

பெரிய நோய்

அருணகிரியார் அவளைப்போல இருக்கிறார். உலகில் மக்களிடம் பல வகையான குற்றங்கள் இருக்கின்றன. தீய குணங்கள் பல. காமம், குரோதம், லோபம், மோகம், மதம், மாச்சரியம் என்று சொல்லும் ஆறு பகைவர்களும்

மக்களுடைய உள்ளத்தில் இருந்து மன அமைதி இல்லாமல் செய்கிறார்கள். இந்த ஆறிலும் காமமாகிய ஆசை எல்லாவற்றிலும் மீதூர்ந்து நிற்கிறது. அந்த ஆசையும் மண், பெண், பொன் என்று மூன்று வகைப்படும். இந்த மூன்று ஆசைகளிலும் மிக விரிவாக, ஆழப் படர்ந்து நிற்கும் ஆசை பெண்ணாசை பெண்ணாசையினால் துன்புறுகிறவர்கள் எல்லாக் காலத்தும் இருக்கிறார்கள். எப்போ தெல்லாம் தவம் குறைகிறதோ, மக்களுக்கு மன வலிமை குறைகிறதோ, அப்போதெல்லாம் அந்த ஆசை மீதூர்ந்து நிற்கும். பெரிய இதிகாசங்களில் வருகிற கேடுகளுக்கு மூல காரணம் காமமாக இருப்பதை நாம் பார்க்கிறோம். மனிதனைப் பீடிக்கும் அக நோய்களுக்குள் காமம் மிகமிக வலிமையானது; பெரும் பாலானவர்களைப் பீடிக்கும் வியாதி அது.

அருணகிரியார் மக்களிடம் உள்ள தீய குணங்களை மாற்று வதற்குரிய பரிகாரங்களை அங்கங்கே சொல்கிறார். ஒவ்வொன்றையும் பற்றித் தனித்தனியே சொன்னாலும் பெரிய நோயாகிய காமத்தைப் பற்றி அடிக்கடி சொல்கிறார்; மிகுதியாகச் சொல்கிறார். அப்படி மிகுதியாகச் சொல்வதற்குக் காரணம் அந்தத் தீய குணமே பெரும்பாலோரிடம் ஆழமாகப் பதிந்து இருப்பதுதான். அவர் பாடிய திருப்புகழ் முதலிய நூல்களிலுள்ள பாடல்களைக் கணக்கு எடுத்துப் பார்த்தால் காம நோய் பற்றியனவே மிகுதியாக இருப்பதைக் காணலாம். மக்களிடத்தில் கருணை கொண்ட மனத்தவர் ஆகையால், எந்த நோய் மிகுதியாக இருக்கிறதோ அதைப் பற்றி மிகுதியாகக் கண்டிக்கும் இயல்பு அவரிடம் இருந்தது.

கால நிலை

அருணகிரிநாதர் வாழ்ந்த காலத்தில் பெரிய மன்னர் யாரும் இல்லை. அங்கங்கே குறுநில மன்னர்கள் இருந்தார்கள். அவர் களுக்கு வரையறையான ஒழுக்கம் இல்லை. தங்களுக்குக் கிடைத்த பொருளைக் கொண்டு இந்த வாழ்வில் பெறுவதற்குரியது காம இன்பம் ஒன்றுதான் என்று எண்ணி அதில் ஈடுபட்டிருந்தார்கள். அதனால் எங்கே பார்த்தாலும்

காமக் கேளிக்கைகளும், அதனைப் பாராட்டும் முயற்சிகளுமே நிறைந்திருந்தன. அந்தக் காலத்தில் பலவகையான பிரபந்தங்கள் காமத்தை உண்டாக்கும் முறையில் எழுந்தன. சிற்றரசர்கள் அப்படி வாழ்ந்ததனால் செல்வர்களும் அப்படியே வாழ்ந்தார்கள். ஒரு செல்வன் ஒரு மனைவியைத் திருமணம் செய்து கொண்டு வாழ்வதே முறை. அப்படியின்றிப் பல மனைவிகளையும், பல காமக் கிழத்திகளையும் ஒவ்வொரு செல்வனும் பெற்றிருந்தான். அத்தகையவர்களையே பெரிய செல்வர்களாக மதிக்கும் அவல நிலை அப்போது இருந்தது.

இவற்றை எல்லாம் கண்ட அருணகிரியாருக்கு, உலகில் இந்தக் காம நோயாகிய தீ இப்படிப் பற்றியிருக்கிறதே, இந்த நோயைப் போக்க வேண்டுமே என்ற கவலை உண்டாயிற்று. அதனால் அடுத்தடுத்துப் பல வகைகளில் அந்த நோயைப் பற்றிப் பாடலானார். பிறரைப் பற்றிச் சொல்லப்போனால் அவர்களுக்குக் கோபம் வரும் என்று எண்ணிக் குற்றத்தைத் தம்மேலேயே ஏறிட்டுக் கொண்டு பாடினார். இது அவருடைய கருணைக்கு அடையாளம் என்பதைப் பலமுறை நாம் பார்த்திருக்கிறோம்.

வேட்டல்

இப்போது ஒரு புதிய முறையில் காமுகனுடைய நிலையைப் பாடுகிறார். தம்முடைய நெஞ்சைப் பார்த்து அறிவுறுத்தும் முறையில் இந்தப் பாட்டு அமைந்திருக்கிறது. 'நெஞ்சே, இன்னதை விரும்ப வேண்டும்; இன்னதை விரும்பக்கூடாது என்பதைத் தெரிந்துகொள்ளாமல் துன்பத்திற்குக் காரணமான பொருள்களை விரும்புகிறாயே!' என்ற முறையில் பாட்டு வருகிறது.

தெள்ளிய ஏனலிற் கிள்ளையைக் கள்ளச்
சிறுமியெனும்
வள்ளியை வேட்டவன் தாள்வேட் டிலைசிறு
வள்ளைதள்ளித்

துள்ளிய கெண்டையைத் தொண்டையைத் தோதகச்
சொல்லைநல்ல
வெள்ளிய நித்தில வித்தார மூரலை
வேட்ட நெஞ்சே.

வேட்டல் என்றால் விரும்புதல் என்று பொருள். நாம் மனைவியை விரும்பிக் கல்யாணம் செய்துகொள்ள வேண்டும். கலியாணத்திற்கு வேள்வி என்று ஒரு பெயர் உண்டு. வேட்டல் என்பதற்கே திருமணம் செய்தல் என்று பொருள். மனைவியைத் திருமணம் செய்துகொண்ட இடத்தை வேட்டகம் என்று சொல்கிற மரபு ஒன்று தமிழ்நாட்டில் உண்டு. அப்படியே விரும்பிச் செய்கின்ற காரியம் வேள்வி. முனிபுங்கவர்கள் செய்கிற செயல் அது. நம்முடைய வாழ்நாளில் நலம் தருவதாகவும், மறுமைக்கு உறுதி தருவதாகவும் இருக்கும் செயல்களையே வேட்க வேண்டும், அல்லாதவற்றை வேட்டால் அவற்றால் துன்பமே உண்டாகும்.

அருணகிரியார் தம்முடைய நெஞ்சைப் பார்த்து இரங்குவது போலச் சொல்கிறார்; "நெஞ்சமே, நீ எதை வேட்க வேண்டுமோ அதை வேட்கவில்லையே! ஒன்றையும் வேட்காமல் சும்மா இருந்தாலும் போதுமே! அப்படியின்றி எதை வேட்டால் உனக்கு உய்வு கிடைக்காதோ அதை வேட்கிறாயே!" என்று சொல்கிறார். மனத்திற்கு ஆசைப்படுவது இயல்பு. ஒன்றைவிட்டு ஒன்றைப் பற்றி அதனைத் தன்னுடையது ஆக்கிக்கொள்ள வேண்டுமென்ற ஆசை மனிதனது உள்ளத்தில் நிகழும். இந்த ஆசைதான் பிறப்புக்கு மூல காரணம் என்று பெரியவர்கள் சொல்கிறார்கள். ஆனால் இந்த ஆசை நல்ல பொருள்களிடத்தில் சென்றால் அதன் பயனாக நன்மையே விளையும். ஐம்பொறிகளுக்குரிய நுகர்ச்சியைத் தரும் பொருளிடத்தில் ஆசை உண்டாகிறது. அதை நுகர்ந்தால் அந்த அளவில் ஆசை நிறைவேறாமல் மீட்டும் மீட்டும் வளர்ந்து வருகிறது. அதனால்தான் உலகில் மயலில் ஈடுபட்டவர்களுக்கு எந்தக் காலத்திலும் மன நிறைவு

உண்டாவதில்லை. இறைவ னுடைய திருவருளைப் பெற்ற பிறகுதான் மன நிறைவு ஏற்படும்.

ஆசையும் மன நிறைவும்

ஐம்பொறிகளும் தூராக் குழிகளாக இருக்கின்றன. உணவை வயிறார உண்பவனுக்கு அப்போதைக்கு உணவில் ஆசை இல்லாமல் இருக்குமேயொழிய, அடுத்த வேளை மீட்டும் அந்த ஆசை எழும். கண்ணால் பார்க்கும் காட்சியும், காதால் கேட்கும் ஒலியும், மூக்கால் மோந்து பார்க்கும் மணமும் போதும் என்ற அளவில் என்றைக்கும் நமக்குக் கிடைப்பது இல்லை. உலகத் திலுள்ள எல்லாப் பொருள்களையும் நுகர்ந்தாலும் அமர லோகத் திலுள்ள பொருள்களை நுகர வேண்டும் என்ற ஏக்கம் உண்டா கிறது. நூறு ஆண்டுகள் ஒருவன் வாழ்ந்து ஐம்பொறிகளின் மூலம் இன்பங்களைப் பெற்றாலும் இன்னும் ஆயிரம் ஆண்டுகள் நமக்குக் கிடைக்கவில்லையே என்ற அவாத் தோன்றுகிறது. மன நிறைவு இல்லாதபோது எத்தனை இன்பம் கிடைத்தாலும் மேன் மேலும் ஆசை எழுமேயன்றி அடங்காது. யாருக்கு மன நிறைவு உண்டாகிறதோ அவன்தான் இறைவனைக் காண முடியும். அப்படிச் சொல்வதைக் காட்டிலும் இறைவனுடைய திருவருளுக் காக ஆசைப்படுகிறவனுக்கு அந்த அருளிலேதான் நிறைவு உண் டாகும் என்று சொல்ல வேண்டும். இறைவனிடத்தில் ஆசைப்படுகிற காமம் சிவகாமம். அது பக்தி முறுகிய நிலை. மற்றப் பொருள்களிடத்தில் உள்ள காமம் அவகாமம். பருவத்துக்குரிய உணர்ச்சியால் மகளிரிடத்தில் மயல் கொண்டு தீய நெறியில் உள்ளம் செல்லுகிறது. தன்னுடைய மனையாளோடு வாழ்வது அறத்தின்பாற்படும். அப்படியின்றி மற்ற மகளிரைக் கண்டோ, பொது மகளிரிடத்தில் ஈடுபட்டோ உள்ளத்தைச் செல்லவிடுவது பொல்லாத காமமாகும். தன்னுடைய மனையாட்டியிடத்தில் காதல் செய்வதை அன்புள்ள காமம் என்றும் அல்லாதவற்றைத் தீய காமம் என்றும் சொல்வார்கள்.

மனையாட்டியிடத்தில் பெறுகின்ற இன்பமும் அறத்தோடு பொருந்தியது. பிறவிதோறும் தொடர்ந்து வருகின்றவர்கள் கணவன் மனைவி என்ற கொள்கையை உடையது இந்த நாடு. மனையாட்டியோடு வாழ்வது அறம் செய்வதற்காக. அந்த அறத்தில் மனம் ஈடுபடும் பொருட்டு அறத்தோடு இன்பத்தையும் துணையாக அமைத்திருக்கிறான் ஆண்டவன். அந்த இன்பம், அறத்தோடு பொருந்தி இருந்தால்தான் உறுதிப்பொருளில் ஒன்றாக இருக்கும். அவ்வாறின்றி வெறும் இன்பத்திற்காக மாத்திரம் ஆசைப்பட்டால் அதனால் விளைகிறது துன்பந்தான். அது அறத்தோடு சாராது; உறுதிப்பொருள் ஆகாது.

புறக்காட்சி

புறக்கண்ணினாலே புறப்பொருளைக் கண்டு ஆசைப்படும் இயல்பு எப்பொழுதும் தவறானது. அதனால் விளைவது வெறும் காமம். மனைவியும் கணவனும் உள்ளத்துள் அன்பு மிக்குப் பழகுவதனால் நாளடைவில் புற அழகு மறைந்தாலும் அக அழகு குறைவது இல்லை. புறக் கண்ணினால் கண்டு அடைகிற மோகம் பலகாலம் நில்லாது. முதலில் மோகம் உண்டானால் பிறகு அறத்தோடு பொருந்தும் இன்பம் உண்டாவது எளிதன்று. மனத்தில் தோன்றிய அன்பற்ற பற்று, மோகத்திற்குக் காரணமான பொருள் இல்லாமல் போனால் மங்கிவிடும். அன்பு முன்னா லும், மோகம் பின்னாலும் வந்தால் அந்த மோகம் போனாலும் அன்பு நிலை நிற்கும்.

இளமை மணம்

இந்தத் தத்துவத்தை அடிப்படையாகக் கொண்டே இந்த நாட்டில் சின்னஞ்சிறு பிராயத்தில் திருமணம் செய்து வந்தார்கள். இப்போது அத்தகைய மணம் நடக்க வேண்டுமா வேண்டாமா என்பதைப்பற்றி இங்கே ஆராய்ச்சி செய்ய வேண்டியதில்லை. ஆனால் அந்தக் காலத்தில் இளம் பருவத்தில் மணம் செய்தது முறையாகுமா என்பதை மட்டும் இங்கே ஆராய விரும்புகிறேன். புறக் கண்ணைக்கொண்டு புற

அழகில் ஈடுபட்டு மோகத்தை அடைகிற பருவம் காளைப்பருவம். அப்படியே மங்கைப் பருவம் உடையவர்கள் புற அழகைக் கண்டு மாத்திரம் மனத்தைச் செல்லவிடுகிறார்கள். பழங்காலத்தில் சின்னஞ்சிறு பிராயத்தில் மணம் செய்ததனால் அன்பை முதலில் உண்டாக்கினார்கள். இன்னாருக்கு இன்னார் மனைவி என்ற எண்ணம் மனத்தில் உண்டாகும்போது அவர்களுக்குள்ளே ஒருவகை உறவு இயல்பாகவே அமைந்துவிடுகிறது. பருவம் வராமையினால் பருவ உணர்ச்சியால் தோன்றும் குறைபாடுகள் உண்டாவதில்லை. கணவன் கறுப்பாய் இருந்தாலும் நம் கணவன் என்ற பக்தி உள்ளே வளர்ந்து வந்தது. அப்படியே மனைவி கறுப்பாக இருந் தாலும் இவள் நம் மனைவி என்ற உறவும் பற்றும் வளர்ந்து வந்தன. இந்தப் பிறவியிலே முதலில் தனித்தனியாக இருந்தா லும் மணமாகி ஒன்றுபட்ட பிறகு பிறப்பிலேயே இணைந்த வர்கள் போல ஆகிவிடுவார்கள். பேதைப் பரவத்தில், நெஞ்சில் இது நமக்குரிய பொருள் என்ற எண்ணம் பதிந்துவிட்டால் அதை எளிதில் மாற்ற முடியாது.

அதற்கு மாறாகப் புறத் தோற்றத்திலும் புற அழகிலும் மனிதன் ஈடுபடுமிடத்து, அந்த இரண்டும் குறையும் போது அந்த ஈடுபாடும் குறையும். அன்றியும் அந்த இரண்டும் பின்னும் மிகுதியாக உள்ள ஒரு பொருளைக் கண்டால் அங்கே மனம் தாவும். பருவம் வருவதற்கு முன் ஒருவரை ஏற்றுக்கொண்டு உள்ளத்தில் உறவை வளர்த்து வருவதனால் இத்தகைய அவல நிலை ஏற்படுவது இல்லை. "அவலட்சணமான கணவனை எப்படி மதிக்க முடியும்? அழகு இல்லாத மனைவியை எப்படிப் போற்ற முடியும்?" என்ற கேள்வி எழலாம். 'இவன்தான் நமக்குக் கணவன்; இவள்தான் நமக்கு மனைவி' என்ற உறவு ஏற்பட்ட பிறகு அந்த உறவினால் பருவத்தில் தோற்றும் தோற்றத்திற்கு மதிப்பு இல்லாமல் போய்விடும். கறுப்பான தாய்க்கு ஒரு குழந்தை பிறந்தால் அவள் கறுப்பு என்பதற்காக அவள் என்னுடைய தாய் அல்ல என்ற எண்ணம் உண்டாவ தில்லை. முட்டாளாக இருந்தாலும் தன்னுடைய

தாயைத் தாயாகவே நல்ல மகன் எண்ணுகிறான். அதுபோலவே அழகற்றவனாக இருந்தாலும், அழகுள்ளவனாக இருந்தாலும், தன்னுடைய கணவன் என்கிற பக்தியும் மதிப்பும் இளம்பருவத்திலே தோன்றிவிட்டால் அவை எப்போதும் நிலைத்து நிற்கும். அதனாலேயே அவர்கள் கற்பு நெறி பிறழாமல், அன்பில் சிதைவு பெறாமல் வாழ்ந்து வந்தார்கள்.

இக்காலத்திலோ கண்டதும் காதல், கொண்டதும் கோலமாக இருக்கிறது. முன்பின் பாராதவர்கள் புறத் தோற்றத்தைக் கண்டு ஏமாந்து திருமணம் செய்து கொள்கிறார்கள். பழகும்போது அவர்களுடைய இயல்போ, மற்றவைகளோ தம் இயல்புக்கு ஏற்றனவாக இராமல் முரண்பட்டால் தம் கருத்தை வேறு இடங்களில் செலுத்துகிறார்கள். குடும்பம் பாழ்படுகிறது. வெளிநாட்டுக்குச் சென்று அங்கேயே திருமணம் செய்துகொண்டு திரும்புகிறவர்களுடைய வாழ்க்கை பெரும்பாலும் நல்லறமாக இருப்பதில்லை. ஏதோ மேல் பார்வைக்கு ஒற்றுமையாக இருப்பது போலத் தோன்றினாலும் உள்ளே கடல் குமுறும்.

கணவன் மனைவி என்ற உறவு மிகவும் தூயது என்பதை இந்த நாட்டில் பலகாலமாக வற்புறுத்தி வந்ததைப் போல வேறு எந்த நாட்டிலும் வற்புறுத்தவில்லை. அந்த உறவைக் கணவன் மனைவியாகிய இருவரும் பாதுகாத்ததோடன்றி உறவினரும் நாட்டினரும் பலவகையில் மதிப்புக் கொடுத்துப் பாதுகாத்தார்கள். 'கல்லானாலும் கணவன்; புல்லானாலும் புருஷன்' என்று சொல்லிக் கற்புணர்ச்சியை ஊட்டி வந்தார்கள். இந்த நிலை மாறுவதற்கு முக்கிய காரணம் பருவத்தினால் புறக்கண்ணுக்குத் தோற்றுகிற தோற்றத்தில் மனத்தை இழந்து நிற்பதுதான். எந்தப் பொருளையும், புறத்தோடு அகத்தையும் பார்த்து எடை போடு பவர்கள் அறிவு உடையவர்கள். அழகு என்று புறத்தை மாத்திரம் பார்த்தால் ஏமாந்து போக வேண்டியதுதான்.

புறமும் அகமும்

ஒரு குழந்தை கூடத்தில் விளையாடிக் கொண்டிருக்கிறது. அப்போது அங்கே ஒரு பாம்பு படம் எடுத்து ஆடுகிறது. பள பளவென்ற படத்தைக் கண்ட குழந்தை அதன் அருகில் சென்று பிடிக்க முயல்கிறது. அப்போது திடீரென்று அந்தக் குழந்தையின் தாய் அங்கே வருகிறாள். பாம்பையும், குழந்தையையும் பார்த்தவுடன் ஐயோ என்று அலறிக்கொண்டு குழந்தையை அப்பால் எடுத்தோடுகிறாள். அவளும் அந்தப் பாம்பைப் பார்த்தாள். பாம்பின் படம் பளபள வென்றிருப்பதையும் பார்த்தாள். ஆனால் அதோடு அவள் நிற்கவில்லை. புறத்தில் தோன்றிய படத்தின் பளபளப்போடு அதன் அகத்திலுள்ள நஞ்சையும் அவள் நோக்கினாள். அவள் புறக்கண் அதைச் சொல்லியது. புறக் கண்ணையும், அகக் கண்ணையும் நன்றாக இணைத்துப் பார்க்கும்போது பாம்பினுடைய பளபளப்பும், அதனூடே கரந்து நிற்கும் நஞ்சும் அவளுக்குத் தெரிந்தன. நஞ்சினால் தன் குழந்தை இறந்துபடும் என்ற நினைவு வரவே, அதிலிருந்து பாதுகாப்பதற்காக அவள் தன் குழந்தையை எடுக்க ஓடினாள். அவள் கண்ட காட்சிதான் உண்மையான காட்சி. குழந்தை கண்ட காட்சியின் போக்கிலே விட்டிருந்தால் அந்தக் குழந்தை பாம்புக்குப் பலியாகியிருக்கும். புறமும் அகமும் ஒத்துப் பார்க்கின்ற பார்வையினால் உண்மை யான பயன் உண்டாகிறது.

புறங்காணுதலும் அகங்காணுதலும்

இராமாயணத்தில் இராமனுடைய அருள் பெற்ற விராதன் அப்பெருமானுடைய பேருருவத்தைத் தரிசனம் செய்கிறான். இராமபிரான் அவனுக்குத் தன் விசுவரூபத்தைக் காட்டுகிறான். அந்தப் பெருமானுடைய திருவுருவத்தில் ஈடுபட்ட விராதன் அவனுடைய திருவடி முதல் திருமுடி வரைக்கும் பார்க்கிறான். ஆராத பெருங் காதல் மீதூர அந்த அழகில் சொக்கிப் போகிறான். உணர்ச்சி விஞ்ச இராமபிரானுடைய திருக்கோலத்தை எண்ணிப் பாராட்டித்

துதி செய்கிறான். ஒரு பாட்டில் இராமபிரானின் திருக்கண்களைப் பற்றிப் பேசுகின்றான்.

புறக்கண்கொண்டு புறத்தைப் பார்க்கிறவர்களுக்கும், அகக் கண்கொண்டு அகத்தைப் பார்க்கிறவர்களுக்கும் இன்பத்தைத் தருவன அக்கண்கள். புறத்தை மாத்திரம் பார்க்கிறவர்களுக்கு ராமபிரானுடைய திருவிழிகள் தாமரையைப் போலத் தோற்றுகின்றன. அதுவும் ஓர் அழகுதான். ஆனால் அகக் கண் கொண்டு பார்க்கிறவர்களுக்கு அந்தப் புறக் கண்ணின் வழியாக இராம பிரானுடைய அகத்தையும் காணும் ஆற்றல் உண்டாகிறது. அவன் திருவிழிகளின் மூலமாக அவனுடைய அகத்தைக் காணும்போது அந்த அகம் அருள் நிரம்பியதாக இருக்கிறது. உள்ளத்தில் நிரம்பி யிருக்கிற கருணை வழிந்து அவனுடைய திருவிழியிலே பொங்குகிறது. அந்தக் கண்களை மேலெழுந்தபடி பார்க்கிறவர்களுக்கு அது தெரியாது. ஊடுருவிப் பார்க்கிறவர்களுக்கு, அந்தக் கண்களின் வழியே அகத்தைப் பார்க்கிறவர்களுக்கு, இந்த உண்மை புலனாகும். இதை விராதன் சொல்கிறான்.

***"புறங்காண அகங்காணப் பொதுமுகத்தின் அருணோக்கம்
இறங்காத தாமரைக்கண் எம்பெருமான் இயம்புதியால்"***

என்று அவன் துதிக்கிறான். புறக் கண்ணுக்கு இராமபிரானுடைய கண் தாமரைக் கண்ணாக விளங்குகிறது. அகம் காணும்போதோ அந்தத் தாமரைக் கண் அருள் நோக்கம் சிறிதும் இறங்காத கண்ணாக இலங்குகிறது. புறம் காண்பாருக்கும் அகம் காண் பாருக்கும் பொதுவாக முகம் இருந்தாலும், அந்தக் கண்கள் புற அழகினால் தாமரையாகவும், அக அழகினால் அருள் நோக்க முடையனவாகவும் தோற்றுகின்றன. இந்த இரண்டையும் யார் காண்கிறார்களோ அவர்களே இராமன் கண்களை முழுமையாகக் கண்டவர்கள். புற நோக்கைக் கண்ட மாத்திரத்தில் தாமரை என்று கண்டு இன்புறலாம்; ஆனால் அது பாதியளவு கண்டது போன்றதுதான். எதைக் கண்டாலும்

அதனிடையே உள்ள நுட்பத்தைக் காண்பது அறிவு. அதனால் கிடைக்கிறது பேரின்பம்.

ஒருவனுடைய முகம் அகத்தைக் காட்டும் கண்ணாடி போன்றது. அப்படியே அவனுடைய கண்ணும் கருத்தைக் காட்டுகின்ற வாயில். இந்த இரண்டையும் ஒருங்கே பார்க்கிறவன் பார்வை தான் மெய்ப்பார்வை. விராதன், அப்படிப் பார்க்கிறவர்களுக்கு ராமனுடைய கண் தாமரையாகவும், அருள் நோக்கம் இறங்காத தாமரையாகவும் இருப்பதைத்தான் எடுத்துக் காட்டினான்.

"புறங்காண அகங்காணப் பொதுமுகத்தின் அருணோக்கம் இறங்காத தாமரைக்கண் எம்பெருமான்"

என்றான். இப்படி அகமும் புறமும் ஊடுருவிப் பார்க்கின்ற மக்கள் உலகத்தில் மிகச் சிலர்.

"முகத்தில் கண்கொண்டு பார்க்கின்ற மூடர்காள் அகத்தில் கண்கொண்டு பார்ப்பதே ஆனந்தம்"

என்று திருமூலர் சொல்வர்.

தூய நோக்கும் மாய நோக்கும்

அருணகிரி நாத சுவாமிகள் புறக் கண்ணால் புற அழகைப் பார்த்து மயங்குகின்ற நெஞ்சை நோக்கிச் சொல்கிறார். ஒரு பெண்ணைக் காணும்போது இரண்டு வகையாகப் பார்க்கலாம். அந்தப் பெண் எவ்வளவு அழகு உடையவளாக இருந்தாலும் அந்த அழகை இறைவன் படைப்பாகக் கொண்டு அதனைப் படைத்த பெருமானைப் பாராட்டலாம். அதனை நாம் நுகர வேண்டுமென்ற எண்ணத்தோடு நோக்குவது ஒரு வகை. முந்தியது தூய நோக்கு. பிந்தியது மாய நோக்கு. அழகைக் கண்டவுடன் அறிவுள்ள மனிதனுக்கு ஆசை எழுவது இயல்பு என்று சொல்வது தவறு. தம்முடைய மகளை அழகியாகக் காணுகின்ற தந்தையர்கள் இருக்கிறார்கள். தம்முடைய சகோதரிகள் அழகியராக இருப்பதைக் கண்டு

தூய நெஞ்சத்தில் மகிழ்ச்சி அடைகிறவர்களும் இருக்கிறார்கள். அங்கே அழகைக் கண்கள் பார்க்கத்தான் பார்க்கின்றன. ஆனால் அந்தப் பார்வையில் களங்கம் இருப்ப தில்லை. அவ்வாறின்றிப் பலர் அழகைக் கண்டு அதைத் தம் முடைய காமப் பசிக்கு உணவாகக் கொள்ள வேண்டுமென்று எண்ணுகிறார்கள். இத்தகைய எண்ணம் படைத்த நெஞ்சை நோக்கிச் சொல்வது போல அருணகிரியார் பாடுகிறார்.

ஒரு பொருளை முழுமையாகப் பார்த்து அதன் வழியே தொடர்புடைய மற்றப் பொருள்களை எண்ணி உண்மையை உணர்வது ஒருவகை. யானையை முழுமையாகப் பார்த்தவர் களுக்குத்தான் அதன் மேலேயுள்ள பாகனும் தோற்றுவான்.

குருடர்களாக இருந்தவர்கள் யானையைத் தொட்டுப் பார்த்த கதை நமக்குத் தெரியும். ஒவ்வொருவனும் தான் தான் தொட்டுப் பார்த்த அங்கத்தைப் பற்றிப் பேசினான். யாரும் யானையை முழுமையாகக் கண்டவர் அல்ல. உலகில் உள்ளவற்றின் முழு அழகைக் கண்டு அந்த அழகைப் படைத்த ஆண்டவனை எண்ணிப் பாராட்டலாம். நல்ல மலரைப் பூம்பொய்கையில் வைத்து அழகைப் பாராட்டுபவர்களே சிறந்தவர்கள். அதனைப் பறித்துப் பயன்படுத்திக் கொள்ள வேண்டுமென்று எண்ணுகிறவர்கள் சிறந்தவர்கள் அல்ல. எந்த வகையில் அழகைக் கண்டாலும் அதன் வாயிலாக அதைப் படைத்தவனைக் காணுகின்ற திறமை நல்ல வர்களுக்கே உண்டாகிறது.

அருணகிரியார் இப்போது சொல்கிற நெஞ்சு அத்தகையது அன்று. அந்த நெஞ்சு எதனையும் முழுமையாகப் பார்க்கிறது அன்று. உயிருடைய உடம்பில் உயிர் இருக்கிறதே, உள்ளமும் இருக்கிறதே என்று நோக்குவது இல்லை. அந்த உடம்பில் உள்ள அங்கங்களைத் தனித் தனியே பார்த்து அவற்றின் அழகில் ஈடுபட்டு, மயலில் ஆழ்கிறது. முழுமையாக இருக்கும் பொருளைத் துண்டு பண்ணி ஒவ்வொன்றையும் தனித்தனியே சுவைப்பது புலால் உண்ணுகிறவர்கள் வழக்கம். அதுபோல் இந்த நெஞ்சு ஒருவகையில் புலால் உணவை

உண்ணுவது போலச் செய்கிறது. ஒவ்வோர் அங்கமாகக் கண்டு அதன் அழகில் ஈடுபட்டு மேலே செல்கிறது.

காளையின் கதை

ஓர் இளம் பிள்ளை, காளைப் பருவம் உடையவன், ஒரு பெண்ணைப் பார்த்தான். அவளுடைய மேனி அழகைப் பார்க்கிற போது முதலில் முகத்தில் பார்வை சென்றது. அந்த முகத்தில் கண்ணைக் கண்டான். கண்வழியே கண் விழியையும் கண்டான். அது இப்போது இருக்க வேண்டிய இடத்தில் இல்லை. மானைப் போன்ற மருண்ட பார்வையுடைய அது காது ஓரமாகப் போய்த் தேங்கி நின்றது. காதுக்கு வள்ளை இலையை உவமை சொல்வது ஒரு வழக்கம். வள்ளை என்பது தண்ணீரில் படரும் ஒருவகைக் கொடி. இந்தக் கண் கெண்டை போல இருக்கிறது. எப்போதும் துள்ளித் துள்ளிக் குதிக்கிற கெண்டை போல அங்கும் இங்கும் பார்க்கிறது. சலனம் உள்ள பார்வை கெண்களுக்கு அழகு என்று சொல்வார்கள். துள்ளிய கெண்டை போல இருக்கும் அந்தக் கண் இப்போது காதைப் போய் மோதுகிறது. சிறிய வள்ளைலையின் மேல் துள்ளிப் பாய்கிற கெண்டை போல அந்தக் கண் மாறி மாறித் தாவுகிறது. அவன் அந்தக் காதைக் கண்டான். பின்பு அந்தக் கண்ணையும் கண்டான். கண்ட அளவில் நிற்கவில்லை. இத்தகைய பேரழகி நம்முடன் பேசுவாளா என்ற எண்ணம் தோன்றியது. நம்மைப் பார்ப்பாள் என்று எண்ணி அவள் கண்ணைக் கண்டான். அவள் பார்வையைச் சந்தித்த பிறகு, அவள் நம்முடன் பேசுவாளா என்று எண்ணினான். பேச்சு வரு கிற இடம் வாய் அல்லவா? அவன் பார்வை அங்கே தாவியது. அவளுடைய வாயிதழ்கள் கோவைப் பழம்போல இருந்தன. கோவைக்குத் தொண்டை என்று பெயர்.

சிறு வள்ளை தள்ளித்
துள்ளிய கெண்டையைத் தொண்டையை.

அந்த வாயிலிருந்து ஒரு வார்த்தை வராதா என்று எண்ணினான். இப்படிப் பருவம் உள்ள ஒரு காளை தன்னை நின்று நிதானமாகப் பார்க்கும் வண்ணம் நாணம் உடைய பெண் நிற்பாளா? ஆனால் எதிரே அந்தப் பெண் நின்று கொண்டுதான் இருந்தாள். அவள் நாணத்தை நீக்கிய பெண். பிறருடைய மனத்தை ஈர்ப்பதற்காகவே தன்னுடைய அங்க லாவண்யத்தைக் காட்டி மயக்கும் தொழிலில் வல்லவள். தன்னை நாடி வந்தவனை எளிதில் பல வகையில் அலைக்கழித்து, அவனிடம் காமத் தீயை மூட்டி, பின்பு அவனிடமிருந்து பணம் பறிக்கும் தொழில் உடையவள். இப்போது அவள் மெல்லத் தன் இதழைத் திறந்தாள். அதற்காக ஏங்கிக் கிடந்த இளைஞன், அவள் என்ன சொல்வாளோ என்று ஆவலோடு கவனித்தான். அவள் பேசினாள். பிறவி பிறவியாகத் தொடர்ந்து வந்த காதல் உடையவர்கள் சந்தித்தால் முதலில் பெண் பேசுவது இல்லை. நாணம் மிக்கவள் ஆகையால் அவள் பேசுவதற்கு மிகவும் அஞ்சுவாள். அவள் பார்ப்பதுகூட இல்லை. முதலில் தலைவன் பார்க்கப் பின்பே அவள் பார்ப்பாள். அவன் தன்னுடைய உள்ளத்திலுள்ள அன்பைப் பல சொற்களால் வெளியிட, அவள் இறுதியாகப் பேசுவாள். ஆனால் இங்கோ காதல் ஏது? காமந்தான் இருக்கிறது. காமத்தை மூட்டிப் பொருள் பறிக்கும் தொழிலாளி இங்கே நிற்பவள். ஆகையால் அந்தப் பெண் அவனை நோக்கி மெல்லப் பேசத் தொடங்கி னாள். அவள் பேச்சு உள்ளன்புடைய பேச்சல்ல. பொருளில் நாட்டம் உடைய பேச்சு; வஞ்சகமான நஞ்சுப் பேச்சு; தோதகச் சொல். தோதகம் வஞ்சகம். அதைக் கேட்டு இளைஞன் மயங்கிப் போனான்.

முதலில் அவளைப் பார்த்தான். தொடர்ந்து அவள் வாயைக் கண்டு மயங்கினான். இப்போது வாய்ச் சொல்லால் மயங்கி நிற்கிறான். அந்தச் சொல்லோடு நிற்கவில்லை. அவள் மயக்கும் தந்திரத்தில் வல்லவள். பேச்சில் இனிமை காட்டியதோடு புன்முறுவல் வேறு பூக்கிறாள். அது அவனை வலை போட்டுச் சிக்க வைக்கிறது. அந்தப் புன்னகை

முத்துவரிசை போலத் தோன்றி எத்தனையோ பொருளை அவனுக்குத் தெரிவிக்கிறது. அவள் பேசின பேச்சைவிட அந்தப் புன்னகையால் உண்டாகும் மயக்கம் மிகுதி. வலை சுருங்கிக் கிடந்தாலும் விரிக்கும்போது பெரிதாக விரிவது போல அவள் முறுவல் இருக்கிறது. பலபல சொற்களால் பேசுபவற்றை எல்லாம் சிறிய புன்முறுவலால் அவள் சாதித்துக் கொண்டாள். தோதகச் சொல்லைவிட அந்த வித்தார மூரல் அவனுக்கு நல்லது போலத் தோன்றுகிறது. அப்பால் அவளை மறக்க முடியுமா?

வள்ளையைப் போன்ற காதுகளையும், கெண்டையைப் போன்ற கண்களையும், கோவைப் பழம் போன்ற வாய் இதழ்களையும், உள்ளத்தை மயக்கும் சொற்களையும், நித்தில வித்தாரப் புன்முறு வலையும் எண்ணி எண்ணி ஏங்குகிறான். அவனுடைய நெஞ்சம் அலைகடல் பட்ட துரும்புபோலத் துள்ளித் துள்ளி யாடுகிறது. கண்ணும் கருத்தும் மயலிலே உழன்று அமைதியை இழந்து வாழ்வையெல்லாம் வீணாக்கிக் கொள்ளும் முயற்சியிலே தலைப் படச் செய்கிறது. இதற்குத்தானா அவன் கண் பெற்றான்? இதற்குத் தானா அவன் கருத்துப் பெற்றான்? அந்த நிலையில் இருக்கும் இளைஞன் தன் நெஞ்சைப் பார்த்துச் சொல்வது போல அருண கிரியார் பாடுகிறார்.

சிறு வள்ளைதள்ளித்
துள்ளிய கெண்டையைத் தொண்டையைத் தோதகச்
சொல்லை நல்ல
வெள்ளிய நித்தில வித்தர மூரலை வேட்ட நெஞ்சே!

நெஞ்சு கேட்கிறது; "கண்ணாலே கண்டு, காதாலே கேட்ட வற்றை விரும்பாமல் வேறு என்ன செய்வது?" என்று கேட்கிறது.

விரும்புவதற்கு உரியது

"நீ விரும்புவதற்குரிய வேறு பொருள் ஒன்று உண்டு. முருகப் பெருமானுடைய திருவடி அல்லவா உன் விருப்பத்துக்குரியது?" என்கிறார் அருணகிரியார்.

"அவனை நான் பார்க்கவில்லையே; அந்தத் திருவடி எப்படி இருக்கிறதென்று கண்டால் அல்லவா அவன்பால் ஆசை உண் டாகும்?" என்று நெஞ்சு சொல்கிறது.

"காணாத பொருளிடத்திலும் ஆசை செலுத்தும் பண்பு உனக்கு உண்டே. எத்தனையோ பொருள்களிடம் கேட்ட மாத் திரத்தில் நீ ஆசை கொள்கிறாயே!" என்று அருணகிரியார் சொல் கிறார்.

மனம் கண்ட பொருளை மாத்திரம் எண்ணும் என்பது இல்லை. காதினாலே கேட்ட பொருளையும் எண்ணி ஆசைப்படுவது அதற்கு இயல்பு. இராவணன் முதலில் சீதையைக் காணவில்லை. சூர்ப்பணகை சீதையினுடைய அழகைப் பலபடியாக அவனுக்கு வருணித்துச் சொன்னாள். அவள் வருணித்ததைக் கேட்டுச் சீதையிடத்தில் ஆசை கொண்டான் அவன்.காதினாலே கேட்ட பொருளின் மேல் ஆசை கொள்வதும் மனத்திற்கு இயல்புதான். அந்த வகையில் முருகப் பெருமானுடைய திருவடியைக் கண் ணாலே காணாமல் இருந்தாலும், அது மிகச் சிறந்த நன்மையைத் தருவது, இன்பத்தை உண்டாக்குவது என்பதைப் பல பெரியார் கள் சொல்லியிருக்கிறார்கள். அவனுடைய பெருமையையும் பலவாறாக நாம் கேட்டிருக்கிறோம். ஆகவே, 'காதினாலே கேட்ட அந்தப் பொருளிடத்தில் வேட்கையை உண்டாக்கிக் கொள்' என்று அருணகிரியார் அந்தத் திருவடியை உடையவனைப் பற்றி விரிவாகச் சொல்லத் தொடங்கினார்.

தடுத்தாட் கொள்பவன்

முருகப்பெருமான் கருணையில் சிறந்தவன். அவன் பரம கருணாநிதி. அவனைச் சார்ந்து நலம் பெறுவதற்கு ஆன்மாக்கள் முயல்வது முறை. மிகுந்த பக்தியுள்ள ஆன்மாவைத் தான் சென்று பார்த்து கருணை செய்பவன் அவன். அவர்களை அவனே வலியச் சென்று தடுத்தாட்கொள்கிறான். அதுதான் வள்ளிநாயகியைத் திருமணம் செய்து கொண்ட திருவிளையாடலின் உண்மை. இந்தத் தத்துவத்தைப் பலமுறை முன்னாலே நாம் பார்த்திருக்கிறோம்.

வள்ளிநாயகி தினைப்புனத்தில் ஆலோலம் பாடிக் கொண்டிருந்தாள். தினைக்கதிர் முற்றி வந்தால் கிளிகள் வந்து கொத்தும். அந்தக் கிளிகளை ஓட்டுவதற்கு அவள் பாடுகிறாள். ஆனால் என்ன ஆச்சரியம்? கிளிகள் பின்னும் அதிகமாக வருகின்றன. காரணம் என்ன தெரியுமா? அவள் பேசுகின்ற பேச்சும், பாடு கின்ற பாட்டும் கிளியின் குரலைப் போல இருக்கின்றன. அங்கே நம்முடைய இனம் இருக்கிறதென்ற எண்ணத்தில் அந்தப் பாட்டைக் கேட்டுக் கிளிகள் வந்து கூடுகின்றன. அவள் நிறத்தாலும் குரலாலும் கிளியைப் போல இருக்கிறாள். தினைப் புனத்தில் கதிர்கள் நிறைந்து நிற்க, அதற்கு இடையில் அவள் நிற்பதால் பெரிய கிளி அமர்ந்திருப்பது போலத் தோற்றுகிறது. சில சமயங்களில் அவளே முற்றியிருந்ததினைக் கதிரை எடுத்துக் கையிலே நிமிண்டி உமியை ஊதிவிட்டுத் தெள்ளித் தின்கிறாள். அதை மாவாக்கித் தேனும் கலந்து உண்ணுகிறாள்; பிறரையும் உண்பிக்கிறாள்.

**"வண்ணத் தினைமாவைத் தெள்ளியே - உண்ணும்
வாழ்க்கைக் குறக்குல வள்ளியே"**

என்று காவடிச் சிந்தில் அண்ணாமலை ரெட்டியார் பாடுகிறார். தினை விளைகின்ற கொல்லையில் கிளியைப் போல எம்பெரு மாட்டி வீற்றிருக்கிறாள்.

தெள்ளிய ஏனலில் கிள்ளையைக் கள்ளச் சிறுமியெனும் வள்ளியை.

கள்ளச் சிறுமி

வள்ளிநாயகியைக் கள்ளச் சிறுமியென்று கூறுகிறார் அருண கிரியார். மலைப்பகுதியிலே வாழ்கிறவர்கள் குறவர்கள். குறவர் கள் திருடும் தொழில் உடையவர்கள். ஆகையால் அந்தக் குலத்தை எண்ணிக் கள்ளச் சிறுமி என்று கூறினார் என்று சொல்லலாம். ஆனால் அதைவிடச் சிறந்த பொருள் ஒன்று உண்டு. மறைந்து நிற்பவர்களைக் கள்ளர் என்று சொல்வது ஒரு வழக்கம். திருமாலுக்குப் பெண்ணாகப் பிறந்தவள் வள்ளி. திருமால் முனிவராகவும், திருமகள் மானாகவும் வர இரண்டு பேர்களுக்கும் பெண்ணாகப் பிறந்து வள்ளிக்கொடிக்குப் பக்கத் தில் கிடந்த போதுதான் நம்பிராஜன் அக்குழந்தையை எடுத்துச் சென்றான். அவள் இப்போது வேடர்களுக்கு இடையில் மறைவாக இருக்கிறாள். வேடர் கூட்டத்தில் ஒருத்தியாகத் தன்னை எண்ணிக்கொண்டு வேட்டுவ மங்கை செய்யும் காரியங்களைச் செய்து கொண்டிருக்கிறாள். முருகப் பெருமானிடத்தில் இயல் பாகவே குறக் குலத்தினருக்கு அன்பு உண்டு. அந்த வகையில் வள்ளியின் உள்ளத்தில் அன்பு இருந்தாலும், தனக்குள்ள உரிமையை எண்ணி அவனை அடைய வேண்டுமென்ற முயற்சி இல்லாமல் இருக்கிறாள். மறைவிலே வளர்ந்து வந்த வள்ளி எந்த இடத்தில் போய்ச் சேர வேண்டுமோ அந்த இடத்தில் சேராமல் தனித்து இருக்கிறாள். ஆகையால் அவள் கள்ளத்தனமாக ஓர் இடத்தில் வைக்கப்பெற்ற பொருளைப் போல விளங்குகிறாள்.

ஒரு பொருள் ஒருவனுக்குரியது. அது ஏதோ ஒரு காரணத் தினால் ஒருவரும் அறியாமல் வேறு ஓரிடத்தில் இருப்பதாக வைத்துக் கொள்வோம். அங்கே அந்தப் பொருள் இருக்கிறதென்று தெரிந்த பிறகு பொருளுக்குடையவன் சும்மா இருப்பானா? எப்படியாவது அதைப் போய்த் தன்னுடையதாக்கிக் கொள்ள வேண்டு மென்று முயல்வான்.

திருமாலினுடைய மகளாகிய வள்ளிநாயகி தன்னாலே ஆட்கொள்வதற்குரியவள் என்று முருகன் அறிவான். அந்தப் பொருள் மறைவாக வள்ளி மலையில் இருக்கிற தென்பதை நாரத முனிவர் வந்து சொன்னார். இந்த நாடகத்தில் திருட்டுப்போன பொருள் இன்ன இடத்தில் இருக்கிறதென்று கண்டு சொன்ன ஒற்றரைப் போல நாரதர் இருந்தார். முருகனுக்கு அது தெரியாதா? ஆனால் நாடகத்தை ஒழுங்காக நடத்த வேண்டும் அல்லவா? நாரத முனிவர் வள்ளியம் பெருமாட்டியின் பேரெழிலை வருணிக்க, அதனால் மிக்க காதல் உடையவன் போல வியாகுல மனத்தோடு வேட உருவம் தரித்து வள்ளி மலையை நாடிச் சென்றான். அவன் சென்றது, தனக்குரிய பொருள் இன்ன இடத்தில் இருக்கிறதென்று துப்புத் துலக்காமல் வாடி நின்ற ஒருவன், அது இருக்கிற இடம் தெரிந்த பிறகு எப்படியாவது அதை அடைய வேண்டுமே என்ற கவலையோடு சென்றது போல இருந்தது.

வள்ளியை வேட்டவன்

தினைப்புனம் காக்கும் வள்ளியிடம் சென்று பலவகையான மாயங்களைச் செய்து அவள் உள்ளத்தைச் சோதனை செய்தான். அவளுடைய உறவை மீட்டும் இணைத்துக் கொள்ள விரும்பி னான். வேட்பவனாக நின்றான். தன்னை அவள் வேட்பது முறை யாக இருக்க, அவளைத் தான் வேட்டான். இது அவனுடைய பெருங் கருணையைக் காட்டுகிறது.

தெள்ளிய ஏனலில் கிள்ளையைக் கள்ளச் சிறுமியெனும் வள்ளியை வேட்டவன்

என்று முருகனைச் சொல்கிறார். வேட்டவன் என்பது திருமணம் புரிந்து கொண்டவன் என்ற பொருளை உடையது.

"மொய்தார் அணிகுழல் வள்ளியை வேட்டவன்"

என்று வேறு ஓரிடத்தில் சொன்னார். தானே அவளை ஆட்கொள்ள வேண்டுமென்று விரும்பி வந்தவன் ஆகையால், வேட்டவன் என்று சொன்னார். ஈகை மனிதனுக்குரிய சிறந்த பண்புகளில் ஒன்று. யாரேனும் ஒருவர் ஒரு பொருளைக் கேட்டால் அதைக் கொடுக்காமல் மறுக்கிறவன் - இல்லையென்று சொல்கிறவன் அதமன். கேட்டவுடன் கொடுப்பவன் மத்திமன். ஆனால் கேட்பதற்கு முன்னால் அவனுக்கு இது வேண்டுமென்று அறிந்து தானே வலியச் சென்று கொடுக்கிறவன் உத்தமன். முருகப் பெருமான் உத்தமமான கருணையாளன். தன் கருணை எங்கே செல்ல வேண்டுமோ அதனை அறிந்து தானே வலியச் சென்று ஆட் கொள்பவன். இந்தச் சிறந்த பண்பை வள்ளி நாயகியிடம் முருகன் காட்டினான். அவள் தன்னை நாடி வருகிறவரைக்கும் காத்திராமல் அவள் உள்ள இடத்திற்கே சென்று அவளைத் தடுத்து ஆட்கொண்டு பழைய உறவை நிலைநாட்டிக் கொண்டான். கள்ளத்தனமாக இருந்த பொருளை எல்லோரும் காண நானே பெறுவேன் என்று சொல்லி ஏற்றுக் கொண்டான். 'அத்தகைய முருகனை நீ பணியவில்லையே! அவன் திருத்தாளில் விருப்பத்தை வைத்து வழிபாடு செய்யவில்லையே!' என்கிறார் அருணகிரியார்.

தெள்ளிய ஏனலிற் கிள்ளையைக் கள்ளச் சிறுமியெனும்
வள்ளியை வேட்டவன் தாள் வேட்டிலை.

"புறக் கண்ணாலே புற அழகைக் கண்டு ஏமாந்து போகிற நெஞ்சமே, அகக் கண்ணினாலே அவன் திருவடியைக் கண்டு ஏத்துவாயாக. அந்தத் திருவடி தானே வலிந்து சென்று அருளைப் பில்கும் தன்மையுடையது. ஆகையால் நீ அதனை விரும்பினால் அது உன்னிடத்தில் வரும்" என்று சொல்வாரைப் போல இந்தப் பாட்டைச் சொல்கிறார். அந்தத் தாளை நாம் வேட்க வேண்டி யதுதான். அதனைப் போய் நாம் நாடிச் செல்ல வேண்டும் என்ற அவசியம் இல்லை. ஆண்டவனுடைய திருத்தாள், விரும்புவாரை நாடி வருகிற தன்மை வாய்ந்தது. ஆகையால் நாம் செய்ய வேண் டியது, அதனைப் பெற வேண்டுமென்ற ஆர்வத்தை வளர்த்துக்

கொள்வது ஒன்றுதான். அந்த வேட்கை மீதூர ஆண்டவன் தன்னுடைய திருவடியை நமக்குக் கொடுக்க வேண்டுமென்று ஓடி வருவான். இவற்றையெல்லாம் எண்ணி,

தெள்ளிய ஏனலில் கிள்ளையைக் கள்ளச் சிறுமியெனும்
வள்ளியை வேட்டவன் தாள்வேட்டிலை

என்று சொன்னார். அந்தக் குற வள்ளியை வேட்டு,

"சுனையோடு, அருவித் துறையோடு, பசுந்
தினையோடு, இதணோடு"

திரிந்த திருத்தாள் அல்லவா அது? ஆதலின் நீ விண்ணப்பம் மாத்திரம் போட்டு வைத்தால் அது உன்னை நாடிக்கொண்டு வரும் என்ற குறிப்போடு அதனைச் சொல்கிறார்.

தெள்ளிய ஏனலில் கிள்ளையைக்
கள்ளச் சிறுமிஎனும்
வள்ளியை வேட்டவன் தாள்வேட்
டிலைசிறு வள்ளைதள்ளித்
துள்ளிய கெண்டையைத் தொண்டையைத்
தோதகச் சொல்லைநல்ல
வெள்ளிய நித்தில வித்தார
மூரலை வேட்டநெஞ்சே.

[தெள்ளி யுண்ணும் தினை வளரும் கொல்லையில் கிளிபோல் இருந்து காவல் செய்தவளும் கள்ளமுடைய குறக்குலச் சிறுமி என்று சுட்டும்வண்ணம் இருந்தவளுமாகிய வள்ளி நாயகியை விரும்பி வலிந்து சென்று திருமணம் புரிந்து கொண்ட முருகனுடைய திருவடியை விரும்பாமல் இருக்கிறாயே! சிறிய வள்ளையிலையைப் போன்ற காதை மோதித் துள்ளுகின்ற கெண்டையைப் போன்ற மாதர் கண்களையும், கோவைப் பழம்போன்ற இதழையும், வஞ்சகமான சொற்களையும், விரிவான முத்துப் போன்ற புன்னகையையும் விரும்பிக் காமம் கொண்டு நிற்கும் நெஞ்சமே!

தெள்ளுதல் - மாவைத் தெள்ளுதல். ஏனல் - தினைக் கொல்லை. கள்ளர் என்பது குறவருக்கு ஒரு பெயர். வள்ளை, கெண்டை, தொண்டை; உவம ஆகுபெயர்கள்; அவை முறையே பெண்களின் காதையும் கண்ணையும் வாயிதழையும் குறித்தன. தோதகம் - வஞ்சனை; 'மாதர்கள் தோதக லீலை நிரம்பி" என்பது திருப்புகழ். வித்தாரம் - விரிவு. மூரல் - புன்னகை. 'நெஞ்சே வேட்டிலையே; இனியான் என் செய்வேன்!' என்று இரங்கியபடி]

பெண்களை நிமிர்ந்து பார்த்துக் காமம் கொள்ளாமல் இறைவனைப் பணிந்து பார்த்துப் பக்தி கொள் என்பது கருத்து.

இது கந்தர் அலங்காரத்தில் 94-ஆவது பாடல்.

முற்றும்.

★★★

9 788199 825833